విమానయాన పథకం

విమానయాన పథకం

సఫలతకు అసలు రహస్యం

బ్రయాన్ ట్రేసీ

తెలుగు అనువాదం : గర్నెపూడి రాధాకృష్ణమూర్తి

MANJUL

మంజుల్ పబ్లిషింగ్ హౌస్

First published in India by

MANJUL

Manjul Publishing House
Corporate and Editorial Office
• 2nd Floor, Usha Preet Complex, 42 Malviya Nagar, Bhopal 462 003 – India
Sales and Marketing Office
• C-16, Sector 3, Noida, Uttar Pradesh 201301 – India
Website: www.manjulindia.com
Distribution Centres
Ahmedabad, Bengaluru, Bhopal, Kolkata, Chennai,
Hyderabad, Mumbai, New Delhi, Pune

Telugu translation of *Flight Plan: The Real Secret of Success* by *Brian Tracy*

This edition first published in 2023

ISBN 978-93-5543-912-3

Translated by G.R.K Murthy

Printed and bound in India by Manipal Technologies Limited

ముచ్చటైన మహిళ, ఆత్మీయత పంచే తల్లి, డామన్ సతీమణి,
అద్భుతమైన నా బిడ్డ క్రిస్టినాకు. ఈ పుస్తకానికి స్ఫూర్తి నువ్వే.
నువ్వు వివేచనాశీలి అయిన సలహాదారువి. సహకారివి.
మా అందరికీ ఆదర్శమూర్తివి

విషయ సూచిక

ఉపోద్ఘాతం

అసలు విజయరహస్యం

వెయ్యి కోసుల ప్రయాణం ఒక్కఅడుగుతో మొదలవుతుంది.

– కన్ఫ్యూషియస్

జీవితానికి ఇది ఒక అద్భుతమైన సమయం. అందరికీ తమ లక్ష్యాలు సాధించటానికి ఇంతకు మించిన మంచితరుణం నభూతో నభవిష్యతి. విశేషం ఏమిటంటే, రాబోయే కాలంలో ఈ అవకాశాలు ఇంకా మెరుగుపడబోతున్నాయి. ఆర్థిక శాస్త్రవేత్తలు దీనిని మానవచరిత్రలో స్వర్ణయుగం అంటున్నారు. ఇందులో హృదయపూర్వకంగా పాల్గొనటమే మీరు చెయ్యవలసిన పని.

మన ఈ ప్రపంచంలో ప్రతిఒక్కరూ సాధ్యమయినంత ఆనందంగా, ఆరోగ్యంగా, సన్నగాఉండాలని, వీలయినంత త్వరగా, సులువుగా ధనికులుగా కావాలని కోరుకుంటారు. ప్రపంచంలో అందరికీ ఈ ఇష్టసిద్ధి తక్షణంకావాలి. శ్రమపడకుండా విజయము, ఆనందము సాధించటానికి లెక్కలేనంతమంది ప్రజలు, సంస్థలు శ్రమపడి ఆకర్షణీయమైన సూత్రాలు, ప్రత్యేక తంత్రాలు, నిగూఢమైన వ్యూహాలు, రహస్యాలు అమ్మజూపారు.

ప్రతి సంవత్సరం లేదా రెండు మూడేళ్ళకొకసారి ఎవరో ఒకరు – ఆనందంగా జీవించటానికీ, త్వరగా చాలా డబ్బు సంపాదించటానికి సులువైన, శీఘ్రమార్గం ఉన్నదని చెబుతూ – 'ది సీక్రెట్' వంటి పుస్తకంతో వస్తారు. మీరు

సుముఖమైన ఆలోచనలు చేసి, వాటిని దర్శించితే చాలు, మీ జీవితంలో మీరు కోరినవన్నీ ఆకర్షిస్తారు అంటుంది 'ది సీక్రెట్' పుస్తకం. చెప్పుకోదగినది ఏదైనా సాధించటానికి కష్టపడటం ఇష్టంలేనివారికి ఈ భావన బాగా నచ్చుతుంది.

విజయాలు సాధించటానికి రహస్యాలు ఏమీ లేవనేదే అసలు రహస్యం. విశ్వవ్యాప్తమైన సూత్రాలు, కాలాతీతమైన సత్యాలు మాత్రమే ఉన్నాయి. ఇవి యుగాల తరబడి పరిశోధించి, కనుగొన్న సత్యాలు, సూత్రాలు. ఆనందము, ఆరోగ్యము, సంపన్నత యాదృచ్ఛికంగా, దైవికంగా కలగవు. అవి శాయశక్తులా ప్రయత్నించి ఏర్పరిచిన పద్ధతి ప్రకారం లభిస్తాయి. కార్యకారణ న్యాయానికి పూర్తిగా బద్ధులై ఉంటాయి.

"ప్రతిఒక్క కార్యానికీ ఒక కారణం ఉండి తీరుతుంది" అంటుంది కార్యకారణ న్యాయం. అలాగే "ప్రతి ఒక్క కారణానికీ కార్యం, లేదా కార్యాలు ఉంటాయి." అని కూడా అంటుంది. అంటే మీరు ఒక పని చేసినందువల్ల ఒక ఫలితం కలుగుతుంది. "మీరు ఏది నాటితే అదే ఫలిస్తుంది." అంటుంది బైబుల్. "ప్రతిఒక్క క్రియకూ సమానము, వ్యతిరేకము అయిన ప్రతిక్రియ ఉంటుంది." అంటారు సర్ ఐజాక్ న్యూటన్.

ఒక సరళ నియమం గమనించండి: విజయాలు సాధించేవారు చేసిన పనులే మీరు పదేపదే చేస్తూ ఉంటే, వారికి లభించిన ఫలితాలే మీకూ ఒకనాటికి లభిస్తాయనటానికి సందేహం లేదు. మిమ్మల్ని ఎవరూ ఆపలేరు. విజయాలు సాధించిన వారు చేసిన పనులేవీ మీరు చెయ్యకపోతే, దేవుడుకూడా మీకు సాయం చెయ్యలేడు. విజయము, సఫలత యాదృచ్ఛికంగానో, దైవికంగానో జరగవు. అది అదృష్టం కొద్దీ దొరికేది కాదు. ప్రయత్నంవల్ల లభించేది. అది కేవలం కార్య కారణ న్యాయం – అంతే.

ఘనమైన ఆవిష్కరణ

ఆలోచనలు కారణాలు, పరిస్థితులు కార్యాలు అన్నది మానవ చరిత్రలో బహుశ అత్యంత ఘనమైన ఆవిష్కరణ. అదే మన మతము, వేదాంతము, తత్వజ్ఞానము మానసిక విజ్ఞానము అన్నిటికీ మూలసూత్రం. అంటే మీ ఆలోచనలే మీ యదార్థజీవితాన్ని సృష్టిస్తాయన్నమాట. ప్రపంచాన్ని మీరు యథాతథంగా చూడక, మీ దృష్టితో చూస్తారు. మీరు ఈ ప్రపంచం ఎలా ఉన్నదో చూడరు,

మీరు ఎలా ఉన్నారో చూస్తారు. ఎక్కడ చూసినా, ఏది చూసినా, మిమ్మల్నే చూస్తారు. స్థూలంగా చెబితే మీ బాహ్యప్రపంచం మీ అంతరంగ ప్రపంచానికి ప్రతిబింబం. మీ అంతరంగంలోని ఆలోచనలే మీ బాహ్య ప్రపంచంలో ప్రతిఫలిస్తాయి. ఒక మనిషి లోపల ఏమి జరుగుతున్నదో తెలుసుకోవాలంటే, ఆ వ్యక్తికి బాహ్యప్రపంచంలో ఏమి జరుగుతున్నదో చూడండి.

"మీ బాహ్యప్రపంచం మీ అంతరంగ ప్రపంచానికి ప్రతిబింబం." అనే అనురూప న్యాయం అతిక్రమించరానిది. మీ అంతరంగంలో సంసిద్ధులై, సంపాదించనిది ఏదీ బాహ్య ప్రపంచంలో సాధించలేరు, ఎంతోకాలం సొంతం చేసుకోలేరు.

విజయం సాధించాలంటే అందుకు తగిన యోగ్యత ఉండాలనటం మీరు వినే ఉంటారు. అంటే, బాహ్య ప్రపంచంలో మీరు సాధించి అనుభవించాలని ఆశించినదాని అనురూపం మీ మనసులో స్థిరంగా ఉండాలి. మీరు బాహ్య ప్రపంచం మార్చదలిస్తే, మొదట మీ అంతరంగ ప్రపంచం మార్చుకోవాలి. గొయెథె చెప్పినట్లు "ఇంకా ఎక్కువ కావాలంటే, మొదట మీరు ఎదగాలి."

మరోవిధంగా చెబితే, ఏ రంగంలోనైనాసరే మరోవిధమైన జీవితం సృష్టించాలంటే మీరు మరోవిధమైన వ్యక్తిగా రూపొందాలి. ఒక అద్భుతమైన జీవితానికి అవసరమైన సూక్ష్మదృష్టి, వివేచనా ఇచ్చే అనుభవాలు సంపాదించాలి. అందుకు మీరు నేర్చుకొని ఎదగాలి. ఇక్కడ అడ్డ దారులంటూ ఏమీ లేవు.

విజయానికి ఒక రూపకం ఉన్నది. చాలా సంవత్సరాలుగా నేను ఇది విశ్వవ్యాప్తంగా అందరికీ చెబుతూ వచ్చాను. నేను ఈ రూపకం వర్ణించినప్పుడు జీవితంలో విజయం సాధించిన ప్రతి ఒక్కరూ "నా విజయానికి మూలకారణం అదే." అన్నారు.

జీవితం ఒక యానం

గత కొన్ని సంవత్సరాలుగా నేను స్వదేశంలోనూ, ప్రపంచమంతటా అనేక పర్యాయాలు పర్యటించాను. ఒకనాడు నాకు ఒక విశేషమైన వాస్తవం ఎదురయింది: మీరు ఎక్కడికి వెళ్తున్న ఏ విమానం ఎక్కినా, అది 99 శాతం

తోవ తప్పుతూ నడుస్తుంది! దారిలో ఎదురై కిందికి మీదికి తోసే గాలులు, అడ్డగాలులు, వాయు సంక్షోభం, తుఫానులు, ఉరుములు, మెరుపులు, భూమ్యాకర్షణ ఇవన్నీ తప్పించుకోవటానికి విమానం దారిపొడుగునా తోవ తప్పుతూనే ఉంటుంది. వాతావరణంలో ఇవన్నీ తప్పనిసరి ఆటంకాలు.

కాని, న్యూయార్క్ వెళ్తూ లాస్ ఏంజలిస్ లో గాలిలోకి లేస్తున్న విమానంలో పైలట్ లౌడ్ స్పీకర్లో "లేడీస్ అండ్ జెంటిల్ మెన్, మా విమానంలో ప్రయాణిస్తున్నందుకు మీ అందరికీ ధన్యవాదాలు. మన ప్రయాణం ఐదుగంటల పన్నెండు నిమిషాలు పడుతుంది. మనం సాయంత్రం ఐదుగంటల నలభై నిముషాలకు లా గార్డియా విమానాశ్రయంలో దిగుతాం. మీ ప్రయాణం సుఖదాయకం కావాలి." ఆయన చెప్పినట్లు విమానం సరిగ్గా ఐదుగంటల నలభై నిమిషాల తర్వాత టంచనుగా లా గార్డియా విమానాశ్రయంలో దిగుతుంది.

ఇక్కడ చెప్పవచ్చేదేమిటంటే: జీవితంలో మీరు చాలా తరుచుగా తోవతప్పుతూ ఉంటారు. మీరు ఎంత జాగ్రత్తగా ప్లాన్ చేసినా, ఎంత ముందుగా సిద్ధమైనా, మీ జీవితమంతా రెండడుగులు ముందుకు, ఒక అడుగు వెనక్కు అన్నట్లు ఉంటుంది. మీ గమ్యానికి మీ జీవనయాత్ర మొదలుపెట్టిన క్షణంనుంచీ దారిపొడుగునా మీరు దారితప్పుతూనే ఉంటారు. మళ్ళీ సరయినదారికి వస్తూఉంటారు. బయలుదేరిన తర్వాత మీరు ఆగవచ్చు, కుడికి, ఎడమకు మళ్ళవచ్చు, ఆటంకాలు ఎదురైతే వాటి కిందుగానో మీదిగానో వెళ్ళవచ్చు, తరుచు నాలుగడుగులు వెనక్కు వేయవలసి రావచ్చు. చెప్పుకోదగిన విజయం ఏదైనా సాధించాలంటే ఒక వ్యక్తిత్వం అవసరం. ఆ వ్యక్తిత్వానికి ఈ అనుభవాలు అన్నీ అత్యవసరం.

మీ యానానికి ఒక పథకం

"విజయం అంటే లక్ష్యాలు. మిలిగిలినదంతా వ్యాఖ్యానమే." ఘనమైన విజయాలు సాధించాలంటే, మీకు స్పష్టమైన లక్ష్యాలు, అందుకు పథకాలు అవసరం. మీ ప్రస్తుత పరిస్థితినుంచి భవిష్యత్తులో మీరు కలలుగంటున్న గమ్యం చేరటానికి తగిన సమయసారణి ఉండాలి. మొదలు పెట్టేముందు మీ ప్రయాణానికి ఒక పథకం ఉండాలి. మీ ప్రయాణంలో మార్గదర్శిగా దానిని ఉపయోగించాలి. విజయం లభిస్తుందని హామీ లేకపోయినా, మీరు

ఆత్మవిశ్వాసంతో ముందడుగు వెయ్యాలి. మొదలు పెట్టటానికి ధైర్యంచెయ్యాలి. ఆ ప్రయాణంలో దారితప్పుతూ ఉంటే తిరిగి దారిలోకి వస్తూ ఉండటానికి సిద్ధంగా ఉండాలి. అన్నిటికంటే ముఖ్యంగా, గమ్యం చేరేవరకూ ప్రయాణం కొనసాగించటానికి మీరు ప్రయాణానికి పూర్వమే దృఢనిశ్చయులై ఉండాలి.

ఆచరణలో అసలు రహస్యం

అమోఘంగా లక్ష్యం దిశగా దూసుకుపోయే మిసైల్, అది ఎంత అధునాతనమైనా కానియ్యండి మొదట అది ఆరంభం కావాలి. అదిగాలిలోకి వెళ్ళాలి.అది ఎటు పోవాలో, ఎలా పోవాలో చెప్పేముందు అది లక్ష్యం దిశగా కదులుతూ ఉండాలి.

అదేవిధంగా మీ విశేష శక్తిసామర్థ్యాలు ప్రయోగించటానికిముందు మీరు పని మొదలుపెట్టాలి. కార్యరంగంలోకి దిగాలి. పరాజయ భయాన్ని, నిరాశ సంభవాసంభవాలను అధిగమించాలి. మీరు సుఖవాసంలోనుంచి మీ శ్రమవాసంలోకి అడుగు పెట్టాలి.

జీవితం ఒక సుదీర్ఘ విమానయానం వంటిది. విజయానికి అసలు రహస్యం అదే. మొదట మీరు మీగమ్యం ఏమిటో నిశ్చయించుకోవాలి. అప్పుడు విమానం ఎక్కాలి. మీ గమ్యం దిశగా ప్రయాణం సాగించాలి. ఆ ప్రయాణంలో 99 శాతం మీరు దారితప్పుతూ ఉంటారని తెలుసుకోవాలి. మొదలు పెట్టిన తర్వాత, గమ్యం చేరేవరకూ దారి తప్పినప్పుడల్లా, తిరిగి దారిలోకివస్తూ ఉండాలి.

ప్రయాణం మొదలు

మీరు ఇంతకు పూర్వంకంటే అధిక ఆనందం, ఆరోగ్యం, సంపద సాధించే ప్రయత్నంలో పన్నెండు మెట్లు ఉన్నాయి. ఈ సోపానాలు అనుసరిస్తే మీ జీవితం పగ్గాలు పూర్తిగా మీ చేతుల్లో ఉంటాయి. మీ మానసిక శక్తులన్నీ కార్యశూరులు అవుతాయి. మీరు ఆశించిన వ్యక్తిత్వం మీరు సాధించుతారు. సకాలంలో మీ గమ్యం చేరుకునే అవకాశాలు మెరుగు పడుతాయి. అవే ఈ సోపానాలు.

అధ్యాయం ఒకటి

మీ గమ్యం ఎంచుకోండి

సఫలత సాధించిన వారందరిలోను ఉన్న ముఖ్యలక్షణం క్షుణ్ణత్వం.
అనంతమైన బాధలుసహించటమే మహామేధ లక్షణం.
ఘనతకెక్కిన సాధనలన్నీ అతి జాగ్రత్త, అత్యంత సూక్ష్మవివరంపట్ల కూడా
అమితశ్రద్ధ, అనంతమైన నిరంతర శ్రమవల్ల సంభవించాయి.

– ఎల్బర్ట్ హబ్బర్డ్

జీవితంలో మీరు ఎన్నడూ ఊహించనంత సాధించగలిగే సామర్థ్యం, ఇప్పుడే ఇక్కడే మీలో ఉన్నది. మీలో నూరు జన్మలకు సరిపడ ప్రజ్ఞ ఉన్నది. ఆరోగ్యము, ఆనందము, ఆర్థిక స్తోమతు సాధించటానికి ఈనాడు ఉన్న అవకాశాలు ఇంతకు మునుపు ఎన్నడూ లేవు. అపారమైన ఈ సంభావ్యతను చేజిక్కించుకోవాలంటే, మీకు నిజంగా ఏమి కావాలో స్పష్టంగా తెలుసుకోవటం మీ బాధ్యతలలోకెల్లా బాధ్యత.

మీరు ఎవరు, మీకు ఏం కావాలి, మీరు ఎక్కడికి వెళ్ళాలనుకుంటున్నారు అన్న విషయాలు మీకు క్షుణ్ణంగా, స్పష్టంగా తెలిసిననాడు సామాన్యవ్యక్తి కంటే పదిరెట్లు, అంతకంటే ఇంకా వేగంగా కూడా సాధించగలరు.

మన అందరికీ సామాన్యంగా నాలుగు ముఖ్య లక్ష్యాలు ఉంటాయి. అవి (1) ఆరోగ్యంగా, చురుకుగా దీర్ఘకాలం జీవించటం; (2) మనకు నచ్చినపని చేసి అందుకు తగిన ప్రతిఫలం పొందటం;(3) మనం ప్రేమించి ఆదరించే వారితో, మనలను ప్రేమించి ఆదరించేవారితో అనుబంధ బాంధవ్యాలు;

(4) డబ్బును గరించి ఎన్నడూ చింతించ నవసరంలేని ఆర్థిక స్వాతంత్ర్యం. ఈ నాలుగింటిలో ప్రతిదానికీ ఒకటినుంచి పదివరకు మీకు మీరు మార్కులు ఇచ్చుకోండి. ఈ నాడు మీ సమస్యలు, చింతలూ అన్నీ మీకు అన్నిటిలోనూ తక్కువ మార్కులు వచ్చిన రంగంతో ముడిపడి ఉన్నాయి. ఆ రంగం మెరుగు పరిస్తే మీ జీవితం శీఘ్రంగా మెరుగు పడుతుంది.

సంపన్న దృక్పథం

ఈ నాలుగు గమ్యాలలో దేనికి బయలుదేరినా, మీరు ఒక సంపన్న భావంతో లేదా లేమిభావంతో ఉండవచ్చు. మీకు సంపన్నభావం ఉంటే మీరు విశ్వాసంతో సాగుతారు, ఆశావాదులుగా, సుముఖంగా ఉంటారు. మీ కలలు పండించు కోవటానికి విశ్వాసంతో నిరంతరం శ్రమిస్తారు.

సంపన్నభావంతో ఉన్నపుడు మీరు ఈ ప్రపంచాన్ని శ్రేయోదాయకంగా చూస్తారు. ఈ ప్రపంచం సజ్జనులతో నిండిన పుణ్యస్థలంగా నమ్ముతారు. జీవించటానికి ఇదే అత్యుత్తమ సమయమని భావిస్తారు.

ఇక్కడ మీకు ఈ ప్రపంచంలో ఉండే కష్టాలు, సమస్యలు తెలియవని అర్థం కాదు. ఈ సమస్యలు ఉన్నాయని మీకు బాగా తెలుసు. సంపన్నభావంతో ఉన్నపుడు మీరు సుముఖంగా, నిర్మాణాత్మకంగా వ్యవహరించి సమస్యల మీదికంటే పరిష్కారాలమీద ఎక్కువ ఏకాగ్రత వహిస్తారు. గతంలో ఏమి జరిగింది, దానికి ఎవరు బాధ్యులు అని తప్పులు వెతకటం కంటే, ప్రస్తుత పరిస్థితి మెరుగుపరచటం ఎలా, అని ఆలోచిస్తారు.

లేమిభావంతో బయలుదేరితే మీరు ఇందుకు విరుద్ధంగా ఉంటారు. విజయం అన్నది కేవలం అదృష్టంకొద్దీ కలుగుతుందని మీ నమ్మకం. విజయం సాధించినవారందరూ మోసంచేసి, లేదా ఎవరినో దోచుకొని ధనసంపాదన చేశారని మీ నమ్మకం. మీకు ప్రతిచోటా దమనము, అన్యాయమే దర్శన మిస్తుంది. "ధనికులు ఇంకా ధనికులవుతారు, పేదవారు ఇంకా నిరుపేదవారు అవుతారు." "మీకు ఏమి తెలుసునన్నది కాదు, మీకు ఎవరు తెలుసు నన్నది ముఖ్యం." "ఈ యంత్రాంగాన్ని మీరు జయించలేరు." వంటి సాకులు పట్టుకొని వేలాడుతారు.

మీరు అవలంబించే వైఖరి మీలో బలం పుంజుకుంటుంది. మీ బాహ్యప్రపంచం మీ అంతరంగంతో చేతులు కలుపుతుంది. మీరు ఈ పుస్తకం చదువుతున్నారంటే, మీ దృష్టి సంపన్నము, శ్రేయోదాయకము అయి ఉండాలి. మీ నియంత్రణశక్తి అధికం. మీకు జరిగేదంతా స్వయంకృతమేనని మీ నమ్మకం.

మీరు సుముఖులై, నిర్మాణాత్మక వ్యక్తులైతే మీ విషయంలోనూ, మీ చుట్టూ జరుగుతున్నదానిపట్ల మీరు పూర్తి బాధ్యత వహిస్తారు. ఇతరులలో తప్పులెన్ని, సాకులు వెతకటంతో సరిపెట్టరు. ఒక పరిస్థితి మీకు సంతృప్తికరంగా లేకపోతే, దానిని చక్కదిద్దటానికి మీరు నడుంకడతారు. మార్చటం మీకు సాధ్యం కాకపొతే దాన్ని యథాతథంగా అంగీకరిస్తారు. దానిని గురించి ఎన్నడూ గొణగరు.

మీ గమ్యం గుర్తించండి

మీ గమ్యము, లక్ష్యాలు నిర్ణయించటంలో మీరు ఎంత సమయం వెచ్చిస్తే మీరు అంత సులువుగా వాటిని సాధిస్తారు. మీ భావిసంకల్పమే ప్రతిరోజూ మీ ప్రస్తుత చర్యలు నిర్ణయిస్తుంది.

అన్నిటికంటే ముఖ్యమైన ప్రశ్న: నా జీవితంలో నేను ఏమి చెయ్యదలచాను? ఈ ప్రశ్నతో మొదలు పెట్టండి.

జీవితంలో ఎప్పుడైనా మీకు మీరు లక్ష్యాలు పెట్టుకోదలిస్తే, పూర్తిగా స్వార్థం చూపండి. స్వేచ్ఛగా ఆలోచించండి. మీకు అత్యంతానందము, అపారమైన సంతృప్తి కలిగించే పరిస్థితులు నిర్ణయించండి.

ఒక మంత్రదండం ప్రయోగించి మీ జీవితం సర్వవిధాలా పరిపూర్ణం చెయ్యగలరనుకోండి. అప్పుడు ఎలా ఉంటుంది ? మీరు విఫలురు కారు అని తెలిస్తే మీరు ఎటువంటి కలలు కనటానికి సాహసిస్తారు?

ఈ ప్రశ్న అడిగినప్పుడు, మీకు ఏ విధమైన పరిమితులు, ఆటంకాలు లేవని అనుకోండి. మీకు కావలసినంత సమయము, ధనము, అవసరమైన జ్ఞానము, నేర్పు, కావలసిన మిత్రులు, పరిచయాలు, అవసరమైన చదువు, మీరు అనుకున్న లక్ష్యం ఏదైనా సరే సాధించగల సామర్థ్యము అన్నీ మీలో ఉన్నాయని

ఊహించండి. మరో మాటలో చెప్పాలంటే, మీ చేతిలో అవధులులేని క్రెడిట్ కార్డ్ ఒకటి ఉన్నది. మీరు ఎక్కడికైనాసరే వెళ్ళగలరు.

మీ ఆదర్శ ఉద్యోగము, ఆదాయము

మీ ఉద్యోగము, జీవికలతో మొదలు పెట్టండి. మీ రాబడి ఉత్తమం అయితే మీరు ఎంత సంపాదిస్తూ ఉండాలి? మీ ఉద్యోగ సంస్థ పరిపూర్ణం అయితే అది ఎటువంటి సంస్థ అయిఉండాలి? ఎటువంటి వ్యక్తులసరసన పనిచేస్తూ ఉంటారు? మీ ఉద్యోగం మీరే నిర్ణయించ గలిగితే, ఎలా పనిచేస్తే మీకు అమితానందం కలుగుతుంది? మీ ఉత్పాదన ఎలా అవధులు దాటుతుంది? మీరు అత్యున్నతంగా ప్రయోగించగల ప్రత్యేక పాటవాలు, సామర్థ్యాలు ఏమిటి?

జీవితంలో అధికభాగం మీరు ఏదో ఒక ఉద్యోగంలో గడపాలి. కనుక మీకు ఎటువంటి ఉద్యోగం కావాలో నిర్ణయించటం మీ గురుతర బాధ్యత. నెపోలియన్ హిల్ చెప్పినట్లు,"మీకు ఇష్టమైన పని ఏదో నిర్ణయించటమే మీ విజయానికి కీలకం. అప్పుడు ఆ పనిచేస్తూ జీవనం గడిపే మార్గం కనుక్కోవాలి."

మీరు శ్రమ అనుకోనుండా రోజంతా ఒకపని చెయ్యగలరు. దానికి మీకు తగిన ప్రతిఫలం ముట్టుతుంది. ఆ పని ఏది?

మీ సహజ నైపుణ్యం, సామర్థ్యం

ఈ ప్రపంచంలోకి ప్రతి ఒక్క బిడ్డా రహస్య ఉత్తరువులతో వస్తుందంటారు వేన్ డయర్. మీ రహస్యాలు ఏమిటి? మీరు ఏమి చెయ్యటానికి పుట్టారు? మిమ్మల్ని ఏకైకంగా – మిగిలిన అందరికంటే మిన్నగా – నిలబెట్టే మీ ప్రత్యేక ప్రతిభ, సామర్థ్యాలు, ఆసక్తులు, కోరికలు, నైపుణ్యాలు ఏమిటి? మీరు చేయవలసిన పనినే చేస్తున్నట్లు మీకు ఎలా తెలుసు? ఎలా చెప్పగలరు?

మీరు సరయిన రంగంలో ఉన్నారా, మీరు చేయవలసినపని చేస్తున్నారా అని తెలుసుకోవటానికి ఇక్కడ పది సూచికలు ఉన్నాయి. వాటిని వినియోగించి మీరు తెలుసుకోవచ్చు.

1. మీ ఉద్యోగమంటే మీకు ప్రాణం. అందులో మీకు ఆసక్తి, వ్యామోహం, ఆకర్షణ.

2. మీ ఉద్యోగం చాలాబాగా చెయ్యాలని మీ కోరిక. మీ రంగంలో మీరు అత్యున్నత పదిశాతం వ్యక్తులలో ఒకరుగా ఉండాలని మీ ఆశయం.
3. మీ రంగంలో ఉన్నతస్థాయి సాధించినవారంటే మీకు పరమ ఆదరం. వారిలాగాఉండాలని, ఆ స్థాయి విజయాలు సాధించాలని మీ తాపత్రయం.
4. మీ రంగంలో ఇంకా జ్ఞానం సంపాదించాలని – దానిని గురించి చదవటం, ఆ విషయంమీద ఉపన్యాసాలు వినటం, కోర్సులు హాజరు కావటం, ఆడియో కార్యక్రమాలు వినటం – మీ అభిలాష.
5. సులభంగా నేర్చుకొని, అలవోకగా చెయ్యగలిగినదే సరయిన ఉద్యోగం. అది అందరికీ కష్టసాధ్యమయిన పని. మీకుమాత్రం సహజ సంపదలాగా ఉన్నది!
6. మీరు మీ పనిలో పూర్తిగా నిమగ్నులైనపుడు, కాలం స్తంభించి పోతుంది! నిద్ర, ఆహారం, విశ్రాంతి మీకు మదిలో మెదలవు, మర్చిపోతూ ఉంటారు.
7. ఈ రంగంలో విజయాలు విపరీతమైన సంతృప్తి, ఆత్మగౌరవం సంపాదించి పెడతాయి. మీ జీవితంలో అవే మహోన్నత అనుభవాలు. ఆ విజయాలకోసం మీరు ఆగలేరు!
8. పనిలో లేనపుడు మీరు మీ పనిని గురించే ఆలోచిస్తూ ఉంటారు, మాట్లాడుతూ ఉంటారు. అది మీ జీవితంలో అంతర్భాగం అయి కూర్చున్నది!
9. మీ రంగంలో పనిచేసేవారితో చేయికలపాలని మీ కోరిక. వారిని కలిసిన ప్రతిసారీ మీరు మీ ఉద్యోగ విషయాలే మాట్లాడుతూ ఉంటారు.
10. మీరు చేస్తున్నపని మీకు చాలా ఇష్టం. కనుకనే జీవితాంతము ఆ పని చేస్తూనే ఉండాలని మీ కోరిక. రిటైర్మెంట్ అన్న మాట మీకు తోచదు.

"మీకు బాగా నచ్చినపని చెయ్యండి. డబ్బు తనంతట తానే వస్తుంది" అని నానుడి. మీకు అత్యంత అభిమానమైన విషయం ఏదో తెలుసుకొని, దానిని హృదయ పూర్వకంగా ఇంకా ఇంకా మెరుగుగా చెయ్యటంలోనే విజయం దాగి ఉన్నది. మీకు సరిపడే ఉద్యోగం తెలుసుకోవటం అత్యవసరం. మీ గమ్యం

నిర్ణయించుకోవటానికీ, మీ సంభావ్య శక్తిసామర్ధ్యాలు ప్రయోగించటానికీ అదే మూలాధారం.

మీ పరిపూర్ణ వ్యక్తిగత జీవితం

మీ కుటుంబము, సంబంధ బాంధవ్యాలు, మీ వ్యక్తిగత జీవితాల మీద ఒక మంత్రదండం ప్రయోగించండి. మీ కుటుంబ జీవితం పరిపూర్ణంగా ఉంటే అది ఎలా ఉంటుంది? మీ అభిమాన జీవనశైలి ఏమిటి? మీరు ఎక్కడ ఉంటారు? మీ ఇల్లు ఎలా ఉంటుంది? రాత్రీ, పగలూ మీ కుటుంబ సభ్యులతో ఎలా కాలక్షేపం చేస్తారు?

మీరు వివాహితులు కాకపోతే, మీరు ఊహించే పరిపూర్ణ బాంధవ్యం వర్ణించండి. మీరుకలగనే భాగస్వామిని ఊహించండి. మీరు కోరుకునే పరిపూర్ణవ్యక్తి గుణగణాలు, లక్షణాలు పూర్తిగా జాబితా వ్రాయండి. మీకు సరయిన భాగస్వామి ఎలా ఉంటారో స్పష్టంగా తెలిసిన తర్వాత మీకు సరయిన వ్యక్తి అతిత్వరలో దర్శన మిస్తారు. అది ఎలా సాధ్యమని ఆశ్చర్యపోవటం మీ వంతు.

మీ వ్యక్తిగత జీవితం అన్ని విధాలా పరిపూర్ణంగా ఉంటే మీ సమయము, మీ జీవితము ఎలా గడుపుతారు? మీరు ఎటువంటి కారు నడుపుతారు? మీ విహారయాత్రలు ఎలా ఉంటాయి? మీరు ఏయే ప్రదేశాలు చూడాలను కుంటున్నారు? మీ క్యాలెండర్ ఒకటి తయారు చెయ్యండి – రోజు రోజు, వారం వారం, నెలనెలా, ప్రతి సంవత్సరమూ చెయ్యవలసిన పనుల జాబితాతో ఒక క్యాలెండర్ తయారు చెయ్యండి. మీరు సాధించదలచినది ఏమిటో తెలుసుకోవటం మొదటి మెట్టు.

ప్రతిబంధకాలను తలచకండి

మీ ఆరోగ్యం ఉత్తమంగా ఉండాలంటే ఈనాటి మీ ఆరోగ్యానికీ, దానికీ తేడా ఏమిటి? మీరు ఎంత బరువు ఉండాలి? మీరు ఎంత ఫిట్ గా ఉంటారు? మీరు ఎటువంటి ఆహారం తింటారు? ప్రతిరోజూ, ప్రతివారము మీరు ఎటువంటి వ్యాయామాలు చేస్తారు? మీరు కోరిన శరీరాన్ని ఒక శిల్పిలాగా మీరే చెక్కి చిత్రించారనుకోండి. అప్పుడు మీరు ఎలా కనబడుతారు?

ఆఖరుగా, మీ ఆర్థిక స్తోమతు అన్ని విధాలా పరిపూర్ణంగా ఉంటే, మీవిలువ ఎంత? మీ బ్యాంక్ లో ఎంత సొమ్ము ఉన్నది? మీరు ఎంత సొమ్ము పెట్టుబడిపెట్టి ఉంటారు? అందులో ఎంత మీకు రాబడి వస్తున్నది? మీ నికర విలువ ఎంత? ప్రతినెలా, ప్రతి సంవత్సరమూ పనిచెయ్యకుండానే, మీకు ఎంత ఆదాయం వస్తుంది? ముఖ్యంగా మీ అభిప్రాయంలో మీ అసలువిలువ ఎంత ఉండాలని?

ఈ ప్రశ్నలకు మీ సమాధానాలు ఎంత స్పష్టంగా ఉంటే, మీ గమ్యము, ఆ గమ్యం చేరుకోవటానికి మీ ఫ్లయిట్ ప్లాన్ అంత సులువు అవుతాయి.

ఆర్థిక స్వాతంత్ర్యం

ఒక సరళమైన అభ్యాసం: మీకు ఎటువంటి ఆదాయమూ లేదనుకోండి. సుఖంగా జీవించటానికి మీకు నెలకు ఎంత కావాలో నిర్ణయించండి. ఇల్లు, తిండి, ప్రయాణాలు, వైద్యం ఖర్చులు, విహార యాత్రలు, వినోదాల ఖర్చులు అన్నీ కలిపిచూడండి. దానిని 12 తో గుణించండి (సంవత్సరానికి నెలలు), ఆ తర్వాత దానిని 20 (రిటైర్ అయిన తర్వాత సుమారుగా మీ జీవితకాలం) తో గుణించండి. రిటైర్మెంట్ నాటికి మీరు సంపాదించవలసిన మొత్తం అదీ. రిటైర్మెంట్ తర్వాత ఆర్థికంగా స్వతంత్రజీవనం గడపాలంటే కనీసం అంత సొమ్ము అవసరం.

ఇప్పుడు మీ నికరమైన విలువ లెక్కకట్టండి. ప్రస్తుతం మీ విలువ ఎంతో కాగితం మీద లెక్కవేసి చూడండి. మీకు ఉన్నదంతా అమ్మివేసి మీరు విదేశం వెళ్తున్నారనుకోండి. నిజాయితీగా వ్యవహరించండి. మీ ఆస్తిపాస్తులన్నీ అమ్మితే మీకు మొత్తం ఎంతవస్తుంది? మీరు అప్పు అడిగినపుడు బ్యాంక్ కు దాఖలు చేయవలసిన వివరాలు ఇవే. మీకు ఎంత ఉన్నది, మీకు అప్పు ఎంత, ధనరూపంలో మీ దగ్గర ఎంత సొమ్ము ఉన్నది – ఇదే ఋణదాతకు కావలసిన సమాచారం.

ఆర్థికంగా మీయాత్ర ఇక్కడే మొదలు. మీ నికర విలువ, మీ ఆర్థిక గమ్యం, రాబోయే సంవత్సరాలలో మీరు సంపాదించవలసిన మొత్తం, అన్నీ మీకు తెలుసు. రంగంలోకి దిగటానికి ఇప్పుడు మీరు సిద్ధంగా ఉన్నారు.

తిరిగి వచ్చిన భవిష్యదాలోచనలు

మీ జీవితంలో ఏ రంగంలోనైనాసరే గమ్యం నిశ్చయించేటపుడు, 'దూరాలోచన' చెయ్యండి. ఏ రంగంలోనైనాసరే ఉన్నతి సాధించిన వారందరూ వినియోగించే ప్రక్రియ ఇదే. ఇన్ని సంవత్సరాలు అని నిర్ణయించి, ఆ సంవత్సరాల తర్వాత మీరు ఎక్కడ ఉండదలిచారో నిర్ణయించుమంటుంది ఈ 'దూరాలోచన.'

అప్పుడు ఆ భవిష్యత్తునుంచి వెనక్కు రండి. భవిష్యత్తులో మీరు చేరదలచిన గమ్యంనుంచి వెనుదిరిగి ప్రస్తుత పరిస్థితి పరిశీలించండి. అప్పుడు ఇక్కడినుంచి భవిష్యత్తులో మీరు ఊహించిన గమ్యం చేరుకోవటానికి ఈనాటినుంచి మీరు ఏమేమి చెయ్యాలో ఆలోచించండి.

మిమ్మల్ని, మీ జీవితాన్ని స్పష్టంగా అవలోకించటానికి ఈ దూరదృష్టి సాయపడుతుంది. మీరు నిజంగానే మీరు ఊహించిన గమ్యం చేరుకోవాలంటే, మీరు ఏమేమి చెయ్యాలో, ఏమి చెయ్యకూడదో చెబుతుంది.

మీ గమ్యాన్నిగురించి మీకు స్పష్టమైన ఆలోచన ఉంటే, ప్రతిరోజూ, ప్రతి గంటా మీరు చెయ్యవలసిన పనులు ఏమిటో సులువుగా తెలుస్తాయి. ఈ రోజు మీరు చేసే ప్రతిఒక్క పనీ, ప్రతిఒక్క నిర్ణయము మిమ్మల్ని మీ గమ్యం దిశగా నడిపిస్తున్నాయని రూఢిచేసుకోవటమే ఇక్కడ రహస్యం.

పటుతరమైన నాలుగు ప్రక్రియలు

మీ గమ్యం నిర్ణయించటానికి మీరు నాలుగు ప్రక్రియలు ప్రయోగించవచ్చు. మీ ప్రగతి శీఘ్రతరం చెయ్యటానికీ, సకాలంలో మీ లక్ష్యాలు సాధించటానికీ ఈ ప్రక్రియలు తోడ్పడుతాయి. క్రియాకరణం, మానసిక చిత్రణం, ఆవేశపూరణం, వ్యవస్థీకరణం. వీటిని ఒక్కటొకటిగా చూద్దాం.

1. *క్రియాకరణం:* క్రియాకరణంలో మీరు విశిష్టమైన, స్పష్టమైన లక్ష్యం వ్రాస్తారు. ఆ లక్ష్యం కొలతకు అందేది అయి ఉండాలి. కంటికి కనపడని లక్ష్యాన్ని మీరు వెంటాడలేరు గదా! మీ మాటలకందని లక్ష్యాన్ని మీరు సాధించలేరు. మీరు సాధించదలచిన లక్ష్యాన్ని ఖచ్చితంగా, నిర్దుష్టంగా వర్ణించటానికి మీరు ఎంత సమయం వెచ్చిస్తే అంత మేలు. అప్పుడు ఆ మార్గాన ముందడుగు వేయటం మీకు సులువవుతుంది.

2. *మానసిక చిత్రణం:* మిమ్మల్ని గురించీ, మీ భవిష్యత్తును గురించీ మీ మానసచిత్రణ ఎంత మెరుగుపడుతూ ఉంటే మీ బాహ్యజీవితం అంతగా మెరుగుపడుతూ ఉంటుంది. మీ లక్ష్యము, మీ గమ్యము సవివరంగా మనసా దర్శిస్తారు.

   మీకు ఉన్న అత్యద్భుత శక్తులలో మానసచిత్రణ ఒకటి. మీలక్ష్యం సాధించినట్లు మీరు ఊహించిన ప్రతి ఒక్కసారీ ఆ చిత్రం మీ ఉపచేతనలో గాఢముగా నాటుకుంటుంది. మనసులో మీరు మీ లక్ష్యాన్ని ఎంత స్పష్టంగా దర్శించగలిగితే అంత శీఘ్రంగా అది వాస్తవమవుతుంది.

3. *ఆవేశ పూరణం:* మీరు క్రియాకరణం చేసి మీ లక్ష్యాన్ని మానసికంగా చిత్రించారు. ఇప్పుడు దానికి మీ ఆవేశ భావం జోడిస్తే, ఆ లక్ష్యం యదార్థంగా సాధించినపుడు కలిగే అనుభూతులు మీలో చెలరేగుతాయి. ఆ లక్ష్యం సాధించటానికి మీ కోరిక దృఢమైనకొద్దీ, దానికి ఇంకా అధికమైన శక్తి, త్రాణ లభిస్తాయి. మీరు ఆ లక్ష్యం దిశగా ఇంకా వేగంగా కదులుతారు.

   ఆలక్ష్యం సాధించినపుడు మీకు కలిగే సంతోషం, ఆనందం, గర్వం, ఉత్సాహం తలుచుకుంటే లక్ష్యసాధనలో మీ మానసిక శక్తులు ఇబ్బడి ముబ్బడి అవుతాయి.

4. *వ్యవస్థీకరణం:* మీరు ఈ లక్ష్యం సాధించదలచటానికిగల కారణాలు, అది సాధించినపుడు మీకు కలగబోయే ప్రయోజనాలు అన్నిటికీఅక్షరరూపం ఇస్తే, మీ లక్ష్యానికి వ్యవస్థీకరణ జరుగుతుంది. ఈ లక్ష్యం సాధించి నందువల్ల మీ జీవితం ఎలా మెరుగుపడబోతున్నదో అంతా వివరంగా వ్రాయండి. నియేత్జే చెప్పినట్లు, "ఎందుకు అన్నవిషయం బాగాతెలిసినవారికి ఎలా అన్నవిషయం భారం కాబోదు."

ఏదైనా సాధించటానికి కారణాలే ఇంధనం. మీ లక్ష్యసాధనకు కారణాలు ఎన్ని పెరిగితే, మీ నిశ్చయము, ప్రేరణ అంత బలపడుతాయి. మీ కారణాలు పెరిగినకొద్దీ అవాంతరాలు, కష్టాలు ఎదుర్కోవటంలో మీరు అంత సృజనాత్మకు లవుతారు. మీ కారణాలు పెరిగినకొద్దీ, మీ గమ్యం చేరుకునే పయనంలో మిమ్మల్ని ఎవరూ ఆపలేరు.

నమ్మదగినవిగా చెయ్యండి

ఒక ముఖ్యమైన విషయం: మీ లక్ష్యాలు వాస్తవంగా, నమ్మదగినవిగా ఉండేట్లు దృఢపరుచుకోండి. నెపోలియన్ హిల్ చెప్పినట్లు, "తానునమ్మి ఊహించినదంతా మనసు సాధించగలదు."

మీరు భవిష్యత్తుకు ఒక ఉత్తేజకరమైన గమ్యం ఎంచుకుంటే అది యదార్థంగా ఉండాలి. అది మీ మనసుకెక్కేదిగా ఉండాలి. అది అందీ అందకుండా మిమ్మల్ని పరీక్షించేదిగా ఉండాలి. కాని సాధ్యమయినదిగా మీకు తోచాలి.

ఇప్పుడు మీరు ఎంచుకున్న లక్ష్యం ఇంతవరకూ మీరు సాధించినవాటన్నిటికీ అతీతంగా ఉంటే, అది మిమ్మల్ని ప్రేరేపించటానికి బదులు నిరుత్సాహపరుస్తుంది. మీ లక్ష్యాలు అందరానంత ఎత్తున ఉంటే, ఉపచేతనలో 'సర్క్యూట్ బ్రేకర్' మెకానిజం మీ ప్రేరణకు తలుపు మూస్తుంది.

మీరు ఈ లక్ష్యం సాధించగలరని మీ చేతనా మానసం నమ్మకపోతే,మీ మానసిక శక్తులు ఏవీ ఆ లక్ష్యం సాధించటానికి మీకు సాయపడలేవు. తాత్కాలికంగా మీకు ప్రేరణ కలిగి ప్రయత్నం చెయ్యవచ్చు. కాని ఆ దారిలో మీకు ఏ ఆటంకం, అవరోధం ఎదురైనా సరే, మీరు నిరాశ నిస్పృహ చెంది మీ ప్రయత్నానికి నీళ్ళు వదులుతారు.

పరుగుకు ముందు నడక

ఒక సెమినార్ పూర్తికాగానే సాధారణంగా జనం నా దగ్గరికి వచ్చి తమ ఆర్థిక లక్ష్యాలు నిశ్చయించుకున్నామని చెప్తారు. అదేమిటని అడిగితే రాబోయే రెండు మూడేళ్ళలో తాము మిలియనీర్లు, లేదా బిలియనీర్లు కావాలని నిశ్చయించు కున్నట్లు చెప్తారు.

వీరిలో ఎవరికీ డబ్బులేదు. ఉన్నాకూడా చాలా కొద్ది. వారి వయసు ముప్ఫయి యాభై మధ్య ఉంటుంది. వారి చరిత్ర అంతా ఆర్థికనిర్వహణలో పప్పులోకాలు. గత అనుభవాలన్నీ చెరిపివేసి—అందుకు సంసిద్ధత పూజ్యం, వనరులు అంతకంటే హీనం, అక్కడికి ఎలా చేరాలో వారికి బొత్తిగా తెలియదు – ఏదోవిధంగా సంపద, కలిమిలోకి దూకుదామని వారి ఆలోచన. ఆలోచనలు

ఉల్లాసంగా, సంతోషదాయకంగా ఉంటే చాలునని వారి నమ్మకం. అప్పుడు దశాబ్దాల తరబడి నిస్పృహ, పరాజయాలు అధిగమించి అవసరమైన వాటినన్నిటినీ ఆకర్షించ గలరని వారి విశ్వాసం.

తాము మిలియనీర్లు కావాలని ఉన్నదని ఎవరైనా చెప్పినపుడు,మొదట వెయ్యికి సర్దార్ కమ్మని చెప్తాను. వారు అప్పులలోనుంచి బయటపడి ఒక వెయ్యిడాలర్లు కూడబెట్టిన తర్వాత, పదివేలకు గురిపెట్టాలి. అలా...అలా. ఘనకార్యాలు సాధించాలంటే ప్రయత్నాలుకూడా అందుకు తగినట్లు ఉండాలి. పరిగెత్తటానికిముందు ప్రతి ఒక్కరూ నడవ గలగాలి గదా!

యోగ్యత

ఈనాడు బయట కనపడే విశ్వాంతరాళం ఒక సరిహద్దు కాదు. మన అంతరంగమే –మనసు అపార శక్తులు గుర్తించి ప్రయోగించటమే – ఆ హద్దు.

బాల్యావస్థ అనుభవాలు, ఇంకా ఇతర కారణాలవల్ల, మీలో ప్రగాఢమయిన మానసిక అభ్యంతరాలు నాటుకొని ఉన్నాయి. మీ సంభావ్య శక్తికి అవే మానసిక నిరోధకాలు. ఘనకార్యాలు సాధించాలంటే, ఈ మానసిక నిరోధకాలు గుర్తించి వాటిని నిర్మూలించాలి. అప్పుడే మీరు జీవితంలో వేగంగా ముందుకు సాగగలుగుతారు.

ఈ నిరోధకాలలో అయోగ్యతాభావం అత్యంత ప్రమాదకారి. సంతోషంగా, ఆరోగ్యంగా, సంపన్నంగా ఉండటానికి మీరు యోగ్యులుకారు అని మీకు అనిపించినపుడు ఈ ప్రమాదం జరుగుతుంది. ఈ అయోగ్యతాభావం దాదాపు అందరిలోనూ కొద్దో గొప్పో ఉంటుంది. చాలామంది విజయాలకు ఇదే పెద్దఅడ్డుగోడ అవుతుంది. “నేను అందుకు తగను.” అన్న భావంతో ఈ అభ్యంతరం మొదలవుతుంది.

ఎదుటివారికి విలువ

జీవితంలో మీరు ఆశించే అన్ని సుఖ సంతోషాలకూ మీరు యోగ్యులే. అందులో సందేహం లేదు. కాకపోతే వాటిని సాధించే ప్రయత్నంలో మీరు ఎదుటివారి సుఖసంతోషాలకు ఏమైనా తోడ్పడుతున్నారా లేదా అన్నది ప్రశ్న. మీరు నైపుణ్యాలు, పాటవాలు పెంచుకొని ఎదుటివారికి ఉపయోగపడే మంచిపని

చేస్తూ ఉంటే, మీరు సంపాదించిన గుర్తింపు, పురస్కారాలు అన్నిటికీ మీరు అర్హులే. మీరు అయోగ్యులనీ, ఏదో తప్పు చేశారనీ ఎంతమాత్రమూ చింతించనవసరం లేదు. మీరు ఇతరుల జీవితాలకు విలువ కలిగిస్తుంటే ఆ విలువలో కొంత మీరు పంచుకోవటంలో తప్పేమీ లేదు. అది మీ హక్కు. ఇవి స్వేచ్ఛామయ సమాజాలు. ఇది స్వేచ్ఛామయ విపణివీధి. అదేసూత్రం.

ఆర్థికంగా మీరు ఘనవిజయాలు సాధించినపుడు, "అంతడబ్బు సంపాదించటం నేరమని అనిపించటం లేదూ?" అని అడిగేవారు ఉండవచ్చు. "ఎంతమాత్రం కాదు. నేనుకూడా పేదవాడినైతే, పేదవారికి ఎలా సాయపడ గలను?" అని విశ్వాసపూరితంగా, సగర్వంగా మీ సమాధానం.

ఇచ్ఛాపూర్వకమైన మార్పిడి

ఇక్క మనం ఒక ముఖ్యఘట్టం చేరుకున్నాం. ఒకవిధమైన సంపద సృష్టించినందువల్లనే డబ్బు పుట్టుకువస్తుంది. ఒక వ్యక్తిదగ్గర అంతడబ్బు ఎలా చేరింది? ఆ వ్యక్తి తన శక్తి, సమయము ధారపోసి ఇతరులకు ఉపయోగపడే వస్తువు ఉత్పాదన చేశారు. ఆ ఉత్పాదనకు ప్రతిఫలమే ఆ డబ్బు.

మీకు ఆర్థికస్వాతంత్ర్యం కావాలి. అందుకు ధనం ఎక్కడనుంచి వస్తుంది? ఏదో ఒకవిధంగా డబ్బు సంపాదిస్తేనే ఆ సొమ్ము జమఅవుతుంది. మీకు కావలసిన ప్రతిఒక్క డాలరు మరొకరి దగ్గరినుంచి రావాలి. ఆ మరొకరు ఆ డబ్బు సంపాదించటానికి కష్టపడి పనిచేశారు.

ఇప్పుడు ఇక్కడ కీలకమైన ప్రశ్న ఏమిటి? ఇతరుల దగ్గరఉన్న ఆ డబ్బుకు యోగ్యత సాధించాలంటే నేను ఏమి చెయ్యాలి?

తోడ్పాటు శక్తి

"సఫలత" స్థానంలో "తోడ్పాటు" చేర్చితే వాణిజ్యంలోను, ఆర్థిక రంగంలోనూ మన అపార్థాలు అన్నీ తొలిగి పోతాయంటారు పీటర్ డ్రకర్.

చుట్టూ చూస్తే, అందరికీ ఉపయోగపడే పనులు చేసేవారే అతిధనవంతులని మీరు గమనిస్తారు. వారందరూ ఏవో ఉత్పాదనలు చేస్తున్నారు, లేదా సేవలు అందిస్తున్నారు. ఆ వస్తువులు, సేవలు కొనటానికి ప్రజలు సిద్ధంగా ఉన్నారు. కారణం ఆ వస్తువులు, సేవలు వారి జీవితాలకు నాణ్యత ప్రసాదిస్తున్నాయి.

ఇక్కడ మీకు మీరు వేసుకోవలసిన ప్రశ్న, ఇచ్చుకోవలసిన సమాధానము కూడా ఉన్నాయి. నేను సంపాదించ దలచిన డబ్బు ఎదుటివారు నాకు ఇవ్వాలంటే, వారికి నేను ఏవిధంగా తోడ్పడబోతున్నాను? మీ ఆర్థిక జీవితానికి ఇది అత్యంత ముఖ్యమైన ప్రశ్న కావచ్చు. ప్రస్తుతం మీరు ఏమి చేస్తున్నారు? భవిష్యత్తులో మీరు ఏమి చెయ్యగలరు? మీరు కోరిన డబ్బు, లేదా సంపాదించదలచిన డబ్బు పొందటానికి మీ అర్హత ఏమిటి? ఇతరులు అందరూ తమ స్వశక్తితో సంపాదించిన డబ్బు మీకు ఎందుకు ఇవ్వాలి? అందుకు ప్రతిఫలంగా మీరు వారికి ఏమి చెయ్యబోతున్నారు? అందువల్ల వారికి లభించే ప్రయోజనం ఏమిటి?

బయటి ప్రపంచంలో మీరు ఒక జీవనశైలి ఆశిస్తున్నారు. అందుకు మీ అర్హత ఏమిటి? జ్ఞానము, ప్రజ్ఞ, శీలము దృష్ట్యా అంతరంగంలో మీరు ఎటువంటి వ్యక్తిగా ఉండాలి?

మీరు ఎటువంటివారో, మీకు ఏమి కావాలో అన్న ఆలోచన మాని, ఇతరులకు ఎలా ఉపయోగపడగలరా అని ఆలోచించి, వారిమనసులలోకి తొంగిచూడ గలిగితే, ఇతరులకు సహాయపడటానికి మీకు అనేక అవకాశాలు, సాధ్యాసాధ్యాలు దర్శనం ఇస్తాయి. ఇవ్వటం మీద ఏకాగ్రం చెయ్యటం మొదలు పెడితే, మీరు సంపద, సౌభాగ్యాల బాట మీద అడుగు పెట్టినట్లే.

అధ్యాయం రెండు

మీ విమానయానం అభిరుచి పరిశీలించండి

దూరాన మసకగా కనిపించేది ఏదో చూస్తూ కూర్చోవటంకాదు,
చేతనున్న పనిచెయ్యటం మన తక్షణకర్తవ్యం.

– థామస్ కార్లయిల్

మీరు ఎవరు, మీకు ఏమి కావాలి, జీవితంలో ప్రతి ఒక్క రంగంలోనూ మీ లక్ష్యాలు ఏమిటి, అన్న విషయాలు స్పష్టంగా తెలిసిన తర్వాత, మీ గమ్యం చేరుకోవటానికిగల మార్గాలు పరిశీలించటం మొదలు పెట్టవచ్చు. ఇప్పుడు సకాలంలో మీ గమ్యం చేరుకోవటానికి తగిన వ్యూహాలు, తంత్రాలు రచించి నిశ్చయించవచ్చు.

నిరంతరం మార్గాంతరాలు వెతకండి

నేను నేర్చుకున్న అతి ప్రముఖ నిబంధనలలో ఒకటి: మీకు ఎన్ని మార్గాంతరాలు ఉంటే అంత స్వేచ్ఛ.

ఉదాహరణకు, ఒకపని చెయ్యటానికి మీకు ఒక మార్గం మాత్రమే తెలుసుననుకోండి. ఆ పని చేసేటపుడు పరిస్థితులు ఎదురు తిరిగితే, మీ పని ఆగిపోతుంది. కదా! అలాగే మీ గమ్యంచేరటానికి, మీ లక్ష్యం సాధించటానికి

ఒకే మార్గం ఉంటే, ఆ దారిన అడ్డంకులు, ఆటంకాలు ఎదురయితే, మీరు చిక్కుకు పోతారు. ముందడుగు వెయ్యలేరు.

సఫలత సాధించేవారు అందరూ నిత్యమూ మార్గాంతరాలు వెతుకుతూ ఉంటారు. వారు ఆశించిన విధంగా పని జరుగకపోతే, మరొక ఉపాయం అనుసరిస్తారు. దారిలో ఎదురయ్యే ప్రమాదాలకు, ఎదురుదెబ్బలకు ఇది బీమా. పనులు చేసేటపుడు ఏదో ఒక విఘాతం కలుగుతూనే ఉంటుంది. అటువంటి సమయాలలో సఫలతా శూరులు కలత చెందరు. వారు ప్రశాంతంగా ఉంటారు. జరగబోయే విఘాతాలు వారు మొదటనే ఊహించారు. అందుకు తగిన ప్రత్యామ్నాయం కూడా వారి చెంత ఉన్నది.

మీ మార్గాంతరాలు పెంచండి

అద్భుతమైన శరీర ఆరోగ్యం మీలక్ష్యం అయితే, ఫిట్ గా, సొగసుగా, ఆరోగ్యంగా ఉండటానికి మీరు అమలుపరచబోయే ఏడుచర్యల జాబితా వ్రాయండి. మీరు ఏమేమి చెయ్యటం మొదలు పెట్టాలి? ఏవి చెయ్యటం మానేయాలి? ఉన్నతమైన ఆరోగ్యము, దృఢత్వము సాధించాలంటే ప్రతిరోజూ నిద్రలేచినప్పటినుంచి మీరు ఏమి చెయ్యబోతున్నారు?

ఆనందమైన కుటుంబము, లేదా ఆత్మీయమైన బాంధవ్యము మీలక్ష్యం అయితే, మీ కోరిక తీరటానికి మీరు ఏమేమి చేయబోతున్నారో ఒక జాబితా వ్రాయండి. మీ జీవితంలో ముఖ్యులైన వ్యక్తులు ఉన్నారు. వారితో మీ బాంధవ్యం మెరుగు పడాలంటే మీరు ఏమి చెయ్యాలో వారిని అడగండి. వారికి సంతోషం కలిగించాలంటే మీరు ఏమేమి చెయ్యాలి, ఏమేమి చెయ్యకూడదు?

మంచి ఎంపికలు, అంతకంటే మంచి నిర్ణయాలు

జీవితం అంతా ఎంపికలు, నిర్ణయాల పరంపర. ఈనాటి మీ జీవననాణ్యత గతంలో మీ ఎంపికల, నిర్ణయాల సంకలనం. ఈ నాటి మీ ఎంపికలు, నిర్ణయాలు – ముఖ్యంగా లక్ష్యాలను సాధించి మీగమ్యం చేరుకోవలసిన రంగాలలో – భవిష్యత్తులో మీ జీవననాణ్యత నిర్ణయిస్తాయి.

మీరు ఎంచుకున్న ఉద్యోగమూ, లేదా మీ ఉద్యోగసంస్థ, మొదలుపెట్ట దలచిన వ్యాపారము మీ జీవిత మార్గాన్ని, విధిని పూర్తిగా మార్చివేయవచ్చు.

మీ తుది నిర్ణయం చేసేముందు క్షుణ్ణంగా ఆలోచించాలి, మీ ఎంపిక మీకు సుఖప్రదమైన అనుభూతి కలిగించాలి.

మా ఉన్నతస్థాయి శిక్షణా కార్యక్రమాలలో మేము "గంటకు జీతం" అన్న భావం బోధిస్తాము. సాధారణంగా ఒక ఉద్యోగి, వ్యాపారస్తులు సంవత్సరానికి సుమారు 2000 గంటలు పనిచేస్తారు. మా క్లయంట్లను వారి సాంవత్సరిక ఆదాయాన్ని 2000 పెట్టి భాగించుమంటాం. అదీ వారి "గంటకు జీతం".

ఉదాహరణకు, మీ ఆదాయం సంవత్సరానికి 50,000 డాలర్లు అనుకుందాం. ఆ మొత్తాన్ని మీరు 2000 తో భాగిస్తే, మీకు వచ్చే జవాబు 25 డాలర్లు. అంటే మీ జీతం గంటకు 25 డాలర్లు అన్నమాట. మీ జీతం 100,000 డాలర్లు అయితే మీ జీతం గంటకు 50 డాలర్లు.

మీ సమయము, జీవితమూ ప్లాన్ చేసేముందు ఈనాడు మీరు గంటకు ఎంత సంపాదిస్తున్నారు, భవిష్యత్తులో ఎంత సంపాదించాలని అనుకుంటున్నారు అన్న విషయం చాలా స్పష్టంగా తెలుసుకొని ఉండాలి. రాబడి లేకుండా, లేదా అల్పమైన రాబడితో గడిచే సమయం అంతా గంటకు 25, 50 డాలర్ల నష్టం అవుతున్నదని గ్రహించండి. మామూలు రోజున మీరు చేసే ప్రతిఒక్క పనీ మీకు "గంటకు జీతం" సంపాదించి పెడుతున్నది, లేదా నష్టం కలిగిస్తున్నది.

మీ సమయానికి విలువ

మీరు ఏపని చేసినా – అది ఉద్యోగం కావచ్చు, ఉద్యోగ సంస్థ కావచ్చు, మీరు ఎంచుకున్న పెట్టుబడి కావచ్చు, ఒక పనిలో మీరు గడిపే సమయం కావచ్చు – ముందు జాగ్రత్తగా, కూలంకషంగా ఆలోచించండి. మీ సమయము, వనరులు ఉత్తమ ప్రయోజనానికే వినియోగిస్తున్నారని రూఢి పరుచుకొండి.

మీ ప్రస్తుత పరిస్థితి మీకు ఆనందదాయకంగా లేకపోతే, స్తబ్దంగా, జడంగా పడిఉండక తగినచర్య తీసుకోండి. ఇప్పుడు ఉన్న ఉద్యోగం మీకు నచ్చకపోతే, ఇంతకంటే మంచిఉద్యోగం వెతికి పట్టుకోండి. ప్రస్తుత బాంధవ్యాలు మీకు నచ్చకపోతే, వాటిని మెరుగుపరిచే ప్రయత్నం చెయ్యండి. లేదా అక్కడినుంచి నిష్క్రమించటానికి సంసిద్ధులు కండి.

రాజీ తిరస్కరించండి

అబ్రహాం మాస్లో "స్త్రీలు, పురుషులు తమను తాము చవకగా అమ్ముకోవటమే మానవజాతి కథ." అని వ్రాశారు ఒకచోట.

చాలామంది వారికి సాధ్యమయిన దానికంటే తక్కువకు, చాలాతక్కువకు రాజీ పడుతారు. భయము, పిరికితనము ఇందుకు కారణాలు. వారికి ఇష్టంలేని ఉద్యోగాలలో కొనసాగుతారు. ఆనందం కలిగించని బాంధవ్యాలలో గిలగిలలాడుతూ ఉంటారు. అనారోగ్యకరమైన అలవాట్లతో సహవాసం చేస్తారు. వారికి అర్ధంకాని రంగాలలో సొమ్ము పెట్టుబడి పెడుతారు. తప్పుచేశారని తెలిసిన తర్వాత కూడా– ఎందుకో వారికే తెలియాలి – ఆ సొమ్ము అక్కడ అలాగే ఉంచుతారు.

మీ జీవితంలో ఏ అంశం, ఏ పరిస్థితి మీకు నచ్చక పోయినా, దానినుంచి బయట పడటానికి ఒక ధర చెల్లించ వచ్చునని గుర్తు ఉంచుకోండి. ఆ ధర ఏమిటో సదా మీకు బాగాతెలిసేఉంటుంది.

మీకు కావలసింది అడగండి

వ్యాపారంలో కానియ్యండి, వ్యక్తిగత జీవితంలో కానియ్యండి, మీకు ఎదురయ్యే ప్రతి ఒక్క పదము, ప్రతి ఒక్క నిబంధన ఎవరో ఒకరు నిశ్చయించారు. మరొకరు దానిని మార్చవచ్చునని గుర్తుంచుకోండి. ఇది ఉద్యోగంలో జీతము, నిబంధనలు కావచ్చు, ఒక ఒప్పందంలో షరతులు కావచ్చు, వస్తువులు, సేవల ధరలు కావచ్చు, ఆఫీసులు, యంత్రసామగ్రికి అద్దె, గుత్త మొత్తాలు కావచ్చు. వీటిలో మీకు ఏది గిట్టకపోయినా గిట్టుబాటు ధర అడగటానికి వెనకాడకండి, సంకోచించకండి.

మీ ప్రశ్నకు సమాధానం ప్రతికూలంగా ఉండబోతున్నదని గుర్తు ఉంచుకోండి. మీరు అడిగిన తర్వాతకూడా సమాధానం ప్రతికూలంగా ఉంటే, మీరు ప్రశ్న అడగటానికి వెచ్చించిన క్షణాలే మీకు అయిన ఖర్చు. కాని ఆ సమాధానం అనుకూలం అయితే అది భావి జీవితాన్ని మార్చివేయగలదు. కదా!

"ధైర్యే సాహసే లక్ష్మీ." అన్నది పాత సామెత "మీరు అడగలేదు కనుక మీకు లేదు." అంటుంది బైబుల్. అడగటానికి ఎన్నడూ భయపడకండి.

పెద్ద వల విసరండి

ఉపాయాలకు ఒక సూత్రం ఉన్నది: నాణ్యత ఉపాయాలను బట్టి ఉంటుంది. లక్ష్య సాధనలో మీ ప్రయాణానికి ముందు మీరు ఎన్ని మార్గాలు ఆలోచిస్తే, మీ ఎంపిక అంత మేలుగా ఉంటుంది.

పెద్దవల విసరండి. మీకు తోచిన మొదటి ఉపాయంతోనే మురిసి పోకండి. భావోద్వేగాలు మన విచక్షణను వక్రీకరిస్తాయని గుర్తు ఉంచుకోండి. మీరు అనుసరించబోయే మార్గాన్ని గురించి మీరు ఆదిలోనే భావోద్వేగాలకు లోనయితే, మీ నిర్ణయశక్తి కొరవడుతుంది. గమ్యానికి ఉత్తమమార్గం కనుమరుగవుతుంది.

మీకు మీరే సలహాదారు

మీ లక్ష్యం సాధించి, గమ్యం చేరుకోవటానికీ ఉత్తమమార్గం నిర్ణయించటానికి మీరు మీకే సలహాదారులుగా వచ్చారు అనుకోండి. మీకు మీరే సలహా దారులు. మీకు ఇచ్చుకునే సలహా విషయంలో ప్రశాంతంగా, స్థిమితంగా, నిష్పాక్షికంగా, వాస్తవికంగా ఉండటానికి మీ శక్తులన్నీ ప్రయోగించండి.

భావోద్వేగానికీ, ఆవేశానికీ, ఉత్సాహానికీ, నిబద్ధతకు ఒక సమయము సందర్భము ఉన్నాయి. కాని అది మీకు ఉత్తమమైన మార్గం ఏదో నిర్ణయించిన తర్వాతనే. అంతవరకూ, సరయిన నిర్ణయం జరిగిందని రూఢి అయేవరకూ, మీరు సాధ్యమయినంత నిష్పాక్షికంగా, తటస్థంగా ఉండాలి.

మీ భావాలకు, ముఖ్యంగా మొదట్లో కలిగే భావాలకు, దాసులు కాకండి. ఆ లక్ష్యసాధనకు మరొక మెరుగైన మార్గం ఉండవచ్చునన్న భావనకు మీ మనసు తలుపులు తెరిచి ఉంచండి.

సంపదకు పునాది

ఆర్థిక సఫలత మీ ధ్యేయం అయితే, అది చేరుకోవటానికి శాశ్వతమైన మార్గం ఒక్కటే. “విలువ జోడించటం.” ఆ మార్గం. ఏదోవిధంగా విలువ జోడించటం వల్లనే నికరమైన, దీర్ఘకాల సంపద లభిస్తుంది. ప్రజలకు అవసరమైన వస్తువులు, సేవలు అందించటంద్వారా ఈ సంపద లభిస్తుంది. వస్తువులు

అవసరం కనుక జనం కొనటానికి సిద్ధంగా ఉంటారు. ఈ రంగంలో అవే వస్తువులు, సేవలు అందించే ఇతరులు కూడా ఉంటారు. వారితో పోటీపడి నిలువగలగాలి. ఇది ప్రాథమిక ఆర్థిక సూత్రం. అతిక్రమించరానిది.

"మీరు ఏది నాటితే అదే అనుభవిస్తారు." అన్న నాటటం, అనుభవించటం అన్న న్యాయం బహుశ బైబిల్ లో ఉన్న అత్యుత్తమ న్యాయం. ఉద్యోగ జీవితంలో, కుటుంబం, ఆరోగ్యం, ఆర్థిక జీవితంలో మీరు ఏది నాటుతారో అదే మీ అనుభవంలోకి వస్తుంది. ఈనాడు మీరు అనుభవిస్తున్నది అంతా గతంలో మీరు నాటినదే. ఈనాటి పంట మీకు నచ్చకపోతే, మరొకటి నాటటం మొదలు పెట్టండి. ఇతరులకు ఇంతకుమించిన విలువనివ్వటం ఈనాడే మొదలుపెట్టండి.

ఇది "అనుభవించటం, నాటటం" న్యాయం కాదని గ్రహించండి. ఎప్పుడైనా నాటటంతో మొదలవుతుంది. మీరు పంట అనుభవించక పూర్వం అది చాలాకాలం నడుస్తుంది.

థామస్ శ్టాన్లీ, విలియం డాంకో జంటగా 'ది మిలియనీర్ నెక్స్ట డోర్' అన్న పుస్తకం వ్రాశారు. ఆ పుస్తకం ప్రకారం అమెరికాలో సగటు మిలియనీర్ ఆ స్థితికి చేరటానికి ఇరవైరెండు సంవత్సరాలు చెమట ఓడ్చి పనిచేశారు, ఎన్నో వదులుకున్నారు, ఎన్నో ఎదురుదెబ్బలు తిన్నారు, కష్టాలు, తాత్కాలిక వైఫల్యాలు రుచిచూశారు. ఈ సగటు సమాచారంతో మనకు పనిలేదు, ముందుకు దూకుదాం అని ఆలోచించే పెద్దలందరూ అందుకు అవసరమైన శ్రమ చెయ్యటానికి సిద్ధంగాలేరు. ఏతావాతా వారు జీవితాంతమూ లైనులో వెనకనే ఉంటారు. మీరు ఈ మందలో చేరకండి.

జాబితాతో మొదలు

ఆర్థిక స్తోమతు మీ లక్ష్యం అయితే, ఆ ఫలితాలు సాధించటానికి సాధ్యమైనన్ని మార్గాల జాబితా వ్రాయండి. మీ మార్గాలు ఎంత ఎక్కువ అయితే మీ నిర్ణయం అంత మేలుగా ఉంటుంది. ఇక్కడ ఎనిమిది ఉదాహరణలు ఉన్నాయి:

1. మీరు ఒక కొత్త వ్యాపారం మొదలు పెట్టవచ్చు.
2. ప్రస్తుతం నడుస్తున్న వ్యాపారం ఒకటి కొని దానిని మేలుగా, ఇంకా లాభసాటిగా నడపవచ్చు.

3. మీరు చేయగలిగిన పనిలో నిష్ణాతులు కావచ్చు. అందుకు తగిన మూల్యం సంపాదించవచ్చు. ఆ సొమ్ము జాగ్రత్తగా పెట్టుబడిపెట్టి, ఉద్యోగ జీవితంలో దానిని ఆదా చెయ్యవచ్చు.
4. రియల్ ఎస్టేట్ లో పెట్టుబడి పెట్టవచ్చు. పునర్నిర్మాణాలు, క్రయవిక్రయాలు, బాడుగలు, నిర్వహణ వగైరా.
5. మీ ప్రజ్ఞా పాటవాలు కొత్తగా ఆరంభమయిన సంస్థలకు అంద జేయవచ్చు. అందుకు బదులుగా మీరు ఆ సంస్థ స్టాక్ ప్రతిఫలంగా పొందవచ్చు.
6. వాణిజ్య హక్కులు సంపాదించి వాటిని జయప్రదం చెయ్యవచ్చు.
7. మీ అభిరుచిని, ఆసక్తిని ఆర్జనకు అవకాశంగా మలుచుకోవచ్చు.
8. ఒక సఫలమైన సంస్థకు మీ సేవలు అంకితం చెయ్యవచ్చు. మీ పనిలో అత్యున్నత కౌశలం సాధించి, ఉత్తమ వేతనం సంపాదించవచ్చు. ఈ సంపాదన సక్రమంగా పెట్టుబడి చేస్తే, మీరు సంపన్నులు కావచ్చు.

పైన చెప్పిన పద్ధతులు లక్షలాదిమంది ప్రయోగించి సాధ్యమని నిరూపించారు. వారందరూ చేతిలో చిల్లిగవ్వకూడా లేకుండా మొదలుపెట్టి మిలియనీర్లు అయారు. ఇతరులకు సేవ చెయ్యటంలో ఏదోఒకరంగంలో మీరు ఉన్నతస్థాయిలో ఉండాలని ఈ పద్ధతుల నియమం.

ఆశ వ్యూహం కాబోదు

ఆశ వ్యూహం కాబోదు అని గుర్తు ఉంచుకోండి. ఒక ఉద్యోగం, వ్యాపారం లేదా బాంధవ్యాలలో మీ సమయము, డబ్బు, మీ ఆవేశాలు వెచ్చించే ముందు సక్రమంగా వివరాలు కనుక్కోండి. మీ గమ్యానికి మార్గం క్షుణ్ణంగా పరిశీలించండి.

అదే బాటన పయనించినవారి సలహావిని తెలుసుకోండి. నిపుణుల దగ్గర నేర్చుకోండి. అదే గమ్యంచేరిన వారిని అడిగి వారు అక్కడికి ఎలా చేరారో, వారు ఏమి నేర్చుకున్నారో తలుసుకోండి. వారు మళ్ళీ అదేబాటన పయనించాలంటే ఏం చేస్తారు? పూర్వపు పద్ధతే అనుసరిస్తారా? మారుస్తారా?

మీ చేతనున్న అవకాశాలు సమీక్షించేటపుడు మీరు తప్పుచేసి ఉండవచ్చునని కూడా గుర్తు ఉంచుకోండి. ఒకవేళ అదే నిజమయితే, ఆ తప్పు ఒప్పుకొని, అవసరమయితే మరొక బాట ఎంచుకోవటానికి సిద్ధంగా ఉండండి.

రెండు చుక్కలమధ్య సరళరేఖ అన్నిటికంటే తక్కువ దూరాన్ని సూచిస్తుంది. మీరు ఉన్నచోటినుంచి మీ గమ్యం చేరుకోవటానికి ఈ సూత్రం వర్తించక పోవచ్చు. వాస్తవానికి చుట్టుతిరిగివస్తే త్వరగా చేరుకోవచ్చు.

ఆర్థికంగా ఉన్నతస్థాయి చేరుకోవాలంటే తమ ప్రస్తుతచదువు, పాటవంస్థాయి ఇంకా పెరగాలని ఈనాడు చాలామంది గ్రహిస్తున్నారు. వారు స్థానిక కళాశాలలలో చేరుతున్నారు. ఆన్ లైన్ డిగ్రీలు సాధించే ప్రయత్నాలు చేస్తున్నారు. సెమినార్లు, కోర్సులు హాజరవుతున్నారు. వారి రంగానికి సంబంధించిన విషయాలు తీవ్రంగా, తీక్షణంగా అధ్యయనం చేస్తున్నారు. పుష్కలంగా పండించటానికి వారి నేల సాగుచేసి ఎరువులు వేస్తున్నారు.

మీ ఆలోచనా సామర్థ్యం

మీ లక్ష్యాలు సాధించి మీ గమ్యం చేరుకోవటానికి అత్యంత విలువైన సాధనం మీ మనసే. మీరు ఎవరో, మీకు ఏమి కావాలో ఆలోచించ గలగటంలోనే ఆ విలువ ఇమిడి ఉన్నది. జీవితంలో మీరు ఏమి సాధించదలిచారో, సఫలత అంటే మీ ఉద్దేశం ఏమిటో ముందుగానే స్పష్టంగా, నిర్దుష్టంగా ఆలోచించాలి. అందుకు తగిన సమయం వెచ్చించాలి. మీ సఫలత 80 శాతం పైగా ఈ ముందాలోచనమీదనే ఆధారపడి ఉంటుంది.

మీ ఆశించి అర్రులుచాచే లక్ష్యాలు మీ శక్తిసామర్థ్యాలకు తగినవిగా ఉండాలి. ఈ లక్ష్యాలు స్పష్టంగా, ప్రత్యేకమయినవి ఉండాలి. కొలతకు, లెక్కకు అందుబాటులో ఉండాలి. మీ గమ్యం చేరుకోవటానికి, జీవితాంతము సఫలత సాధించటానికి ఇది మొదటిమెట్టు.

అధ్యాయం మూడు

మీ విమానయాన పథకం వ్రాయండి

ప్లాన్ అన్న వాహనంలోనే మన లక్ష్యాలు చేరుకోగలం.
ఆ ప్లాన్ మనం మనస్ఫూర్తిగా నమ్మాలి.
ఆ ప్లాన్ ఆచరణలో పెట్టాలి.
సఫలతకు మరొక మార్గం లేదు.
– స్టీఫెన్ ఏ. బ్రెన్నెన్

సఫలత సాధించి ఆనందించటానికి కావలసింది ఒక స్పష్టమైన లక్ష్యము, అది సాధిస్తామనే ఆశాభావము ఉంటే చాలునని చాలామంది అభిప్రాయం. మీ గమ్యం ఎంచుకోవటం చాలాముఖ్యం. కాని అది కేవలం ఆరంభం మాత్రమే. అసలు పని ఇప్పుడే, ఇక్కడే మొదలవుతుంది. మీ లక్ష్యం పట్ల మీకు అసలైన శ్రద్ధా, ఆసక్తి ఉన్నాయని ప్రత్యక్షంగా నిరూపించేది ఇక్కడే, ఇప్పుడే.

ఇక్కడ యదార్ధం ఏమిటంటే స్పష్టమైన లక్ష్యాలు, వాటిని సాధించటానికి తగిన పథకాలు వ్రాసి పెట్టుకునేది కేవలం 3 శాతం ప్రజలు మాత్రమే. ప్రతిరోజూ ముఖ్యమైన లక్ష్యాల దిశగా కృషిచేసేది 3 శాతం పెద్దలు మాత్రమే. తమ లక్ష్యాలను గురించి నిరంతరమూ ఆలోచించేది అగ్రస్థానంలో ఉన్నవారు మాత్రమే.

అధికశాతం ప్రజలు తమ లక్ష్యాలకు బదులు కోరికలనుగూర్చి కలలుకంటూ ఉంటారు. వారు ఆశలు, కలల, భ్రమల్లో విహరిస్తూ ఉంటారు.

వారి లక్ష్యాలు 'సిగరెట్ పొగ' లాంటివని నా అభిప్రాయం. వాటికి ఒక స్పష్టత, ఒక గమ్యము ఉండవు. అవి చెల్లాచెదరయిపోయి, ఊహాలోకంలో మాయమయిపోతూ ఉంటాయి. మీరు రక్తమాంసాలు చేర్చకపోతే, మీరు కలగన్న ఇల్లు, కలగన్న వ్యాపారము, కలగన్న బాంధవ్యము, ఉద్యోగమూ అన్నీ కలగానే మిగిలి పోతాయి. మీ ప్రయాణం సవివరంగా, పూర్తిగా ప్లాన్ చేస్తేనే, సకాలంలో మీరు గమ్యం చేరుకోగలరు.

లెక్కా డొక్కా రెండూ కావాలి

మీ లక్ష్యాలు గుణాత్మకంగా, పరిణామాత్మకంగాను నిర్వచించండి. గుణాత్మకంగా నిర్వచించినపుడు ఆ లక్ష్యం సాధించినపుడు మీకు కలిగే ఆలోచన, అనుభూతి తెలుస్తాయి. మీరు ఆశించిన పరిపూర్ణ లక్ష్యం సాధించినపుడు మీకు కలిగే గర్వము, సంతృప్తి, ఆనందము, సంతోషము, ప్రేమ, శాంతి, ఊహిస్తారు. మీ లక్ష్యాన్ని సాధించారన్న భావనతో ఆ అనుభూతులన్నీ మీ అంతరంగంలో దర్శన మిస్తాయి.

పరిమాణాత్మకం అంటే మీ లక్ష్యానికి అంకెలు తగిలిస్తారు. అప్పుడు మీకు మీ లక్ష్యముతోబాటు మీ పురోగతి కూడా తెలుస్తుంది. లెక్కలేకపోతే, మీరు ఎక్కడ ఉన్నారో తెలియదు. ఎటు వెళ్ళాలో తెలియదు.

ఉదాహరణకు అందరూ ఆర్థికస్వాతంత్ర్యం కావాలంటారు. అంటే ఏమిటని అడగండి, సాధారణంగా "నేను మిలియనీర్ను కావాలి." అంటారు.

కాని ఈ లక్ష్యానికి అర్థం పర్థం లేదు. ఆర్థిక స్వాతంత్ర్యం అంటే మీకు తగినంత డబ్బు ఉన్నది. దానిని గూర్చి మీరు ఎన్నడూ చింతించనవసరం లేదు. ఇప్పుడు ప్రశ్న ఏమిటంటే: మీ అంకె ఎంత? నిజానికి మీకు ఎంత కావాలి?

లక్ష్యస్థాపన సరళీకరణ

మీ ప్రయాణం జయప్రదం కావటానికి గమ్యం దిశగా ముందడుగు వేసేముందు ఒక ప్రణాళిక తయారు చెయ్యండి. అప్పుడు మీ సఫలత అవకాశాలు ఇబ్బడిముబ్బడి అవుతాయి.

1. మీ జీవితంలో ప్రతిఒక్క రంగంలోను మీకు ఏమి కావాలో స్పష్టంగా నిర్ణయించండి. ఒక చిన్నారి అర్థం చేసుకొని, మరొక చిన్నారికి వివరించ గలిగినంత స్పష్టంగా నిర్వచించండి.

   ఉదాహరణకు, "నేను చాలా డబ్బు సంపాదించాలి." అనటం కంటే ఆ "చాలా" అంటే ఎంతో స్పష్టంగా చెప్పండి. స్పష్టంగా లేక, మసకబారి ఉన్నదానిని సాధించటానికి తగిన ప్రేరణ ఉండదు.

2. మీ లక్ష్యం ఒక లెక్కకు అందేట్లు వ్రాయండి. అక్షరరూపంలేని లక్ష్యం కేవలం ఒక కల మాత్రమే. "ఆ లక్ష్యం నిర్వీర్యం." లెక్కకు అందితే, మీరు ఏమి సాధించాలో, ఎంతవరకు సాధించాలో, ఎలా సాధించాలో తెలుస్తుంది.

3. మీ లక్ష్యసాధనకు ఒక గడువుతేదీ నిర్ణయించండి. ఎప్పటిలోగా మీ లక్ష్యం సాధించ దలిచారో చాలా నిక్కచ్చిగా తెలిసి ఉండాలి. గడువులు, హద్దులు అంటే మీ ఉపచేతనకు పరమప్రీతి. అవి మీ మానసిక శక్తులకు చురుకుదనం కల్పించి మిమ్మల్ని ముందుకు నడిపిస్తాయి.

4. మీ లక్ష్యసాధనలో మీరు అధిగమించవలసిన ఆటంకాలు, అవాంతరాలు అన్నీ గుర్తించండి. ఎక్కడ దారి తప్పవచ్చు? మీకు మీ లక్ష్యానికి మధ్య ఉన్న ఆటంకం ఏమిటి? ఇప్పటికే మీరు మీ లక్ష్యం ఎందుకు చేరుకోలేదు? మీకు అడ్డుపడుతున్నది, లేదా అడ్డుపడగలిగిన దేమిటి?

   మీ ఆలోచనలు కాగితంమీద పెట్టండి. మీరు ఎదుర్కోబోయే సమస్యలు, కష్టాలు మీరు ఎంతస్పష్టంగా గుర్తించ గలిగితే, అవి ఎదురయినపుడు వాటి పరిష్కారాలు అంత సులువవుతాయి.

5. మీ లక్ష్యం సాధించటానికి మీకు ఇంకా ఏ విజ్ఞానము, ఏయే పాటవాలు అవసరమో నిర్ణయించండి. ఇంతకు మునుపు ఎన్నడూ సాధించనిది ఇప్పుడు సాధించాలంటే, ఇంతకు మునుపు మీకు తెలియని విద్య నేర్చుకోవాలి, అభ్యాసం చెయ్యాలి కదా! ఇక్కడినుంచి ముందుకు సాగాలంటే, మిమ్మల్ని ఇక్కడి తీసుకు వచ్చిన విద్య చాలదు. ప్రతి ఒక్క కొత్త లక్ష్యానికీ ఒక కొత్త విద్య, కొత్త పాటవము అవసరం. మరి మీకేం కావాలి? అది స్పష్టంగా తెలుసుకోవటం అత్యవసరం.

6. మీ లక్ష్య సాధనలో మీకు ఎవరెవరి సహాయ సహకారాలు అవసరమో

నిర్ణయించండి. గురుతరమైన లక్ష్యాలు సాధించాలంటే, చాలామంది సహాయం అవసరమవుతుంది. ఆ వ్యక్తులెవరో మీరు గుర్తించితే, వారి సహాయ సహకారాలు పొందటానికి మీరు తగిన చర్యలు చేపట్ట గలుగుతారు.

7. పైన చెప్పిన పాయింట్లు అన్నిటికీ మీ సమాధానాలు వ్రాసి వాటిని వరుసగా ప్రాముఖ్యత ప్రకారం జాబితా వ్రాయండి. ఏది ముఖ్యం? ఎక్కడ మొదలు పెట్టాలి ? చేయవలసిన పనులన్నీ వరుసక్రమంలో వ్రాసి పెట్టుకుంటే, అవే మిమ్మల్ని చెయ్యిపట్టుకోని మీ గమ్యానికి నడిపిస్తాయి.

ఈ ఏడడుగులు అనుసరిస్తే, మీరు తలుచుకున్న లక్ష్యం ఏదైనా సాధించవచ్చు. మీకు అత్యంత ముఖ్యమైన గమ్యము మీ ప్రప్రధమ లక్ష్యము నిర్ణయించటానికి ఒక సరళ సూత్రం ఇదిగో!

సఫలతకు హామీపత్రం

ఈ సూత్రంతో మీ అత్యంత ముఖ్యమైన గమ్యం సకాలంలో చేరుకుంటారు. మీ జీవితాన్నే మార్చుకుంటారు. దీనికి నాలుగు అంగాలు ఉన్నాయి. వారు కలలోనైనా ఊహించనంత వేగంగా తమ లక్ష్యాలు సాధించటానికి ఈ నాలుగు అంగాలు దోహదం చేశాయని ప్రపంచంలో అన్నిచోట్లా నన్ను కలిసినవారు నాకు చెప్పారు.

మొదటి మెట్టు: పది లక్ష్యాల పద్ధతి ప్రయోగించు

ఒక తెల్లకాగితం మీద ఈ నాటి తేదీ వేసి "లక్ష్యాలు" అన్న పదం వ్రాయండి. భవిష్యత్తులో మీరు సాధించదలచిన పది లక్ష్యాలు వ్రాయండి. మీకు ఏవిధమైన పరిమితులూ లేవని అనుకొని మంత్రదండం ప్రయోగించండి. భవిష్యత్తులో మీరు ఏం కావాలనుకుంటున్నారో, ఏం చెయ్యాలనుకుంటున్నారో, ఎలా ఉండాలనుకుంటున్నారో పది కోరికలు వ్రాయండి. వాటిలో ప్రతి ఒక్కటీ జరిగి తీరుతుందని భావించండి.

ఇక్కడ కొన్ని సూచనలు:

1. మీ లక్ష్యం సిద్ధించిదన్నట్లు అంతా వర్తమానంలో వ్రాయండి. "సంవత్సరానికి ★★★★ డాలర్లు సంపాదించ బోతున్నాను" అనటానికి బదులు "సాలీనా ★★★★ డాలర్లు సంపాదిస్తున్నాను." అని వ్రాయండి. మీ ఉపచేతన వర్తమానంలో ఉన్న ఆదేశాలు మాత్రమే నమోదు చేసుకుంటుంది.
2. సుముఖ భావంలో వ్రాయండి. "నేను ధూమపానం మానేస్తాను." (విముఖం) అనటానికి బదులు "నేను ధూమపాయిని కాను." (సుముఖం) అని వ్రాయండి.
3. వ్యక్తిగత భావంలో వ్రాయండి. ఈ అభ్యాసానికి, ఇకమీదట మీ జీవితంలోను, ప్రతి ఒక్క లక్ష్యాన్ని "నేను" అన్న పదంతో మొదలు పెట్టండి. మిమ్మల్ని గురించి చెప్పటానికి ఈ ప్రపంచంలో "నేను" అన్న పదం ప్రయోగించ గలిగినవారు మీరొక్కరే. ఏ లక్ష్యాన్నయినా సుముఖంగా "నేను" అన్న పదంతో మొదలు పెడితే, మీ ఉపచేతన, మీ అధిచేతన దానిని హెడ్ ఆఫీసు నుంచి వచ్చిన ఆదేశంగా దానిని తక్షణం అంగీకరిస్తాయి.

మీ ప్రతి ఒక్క లక్ష్యమూ "నేను" అన్న పదంతో మొదలు కావాలి. వర్తమానంలో ఉండాలి. సుముఖంగా ఉండాలి. వ్యక్తిగత భావం సూచించాలి. చివర "......నాటికి" అని గడువు తేదీతో ముగియాలి.

రెండవ మెట్టు:మీకు అత్యంత ముఖ్యమైన లక్ష్యం ఎంచుకోండి

మీ లక్ష్యాలన్నీ వ్రాసిన తర్వాత, మీ సంకల్పం స్థిరంగా ఉంటే, ఇవాళ కాకపోతే రేపు, ఆ లక్ష్యాలు అన్నీ సాధించ బోతున్నారని ఊహించండి. అయితే వాటిలో ఒకటి ఎంచుకొని రాబొయ్యే ఇరవై నాలుగు గంటలలో అదినిజం చేయవచ్చుననికూడా ఊహించండి.

ఇప్పుడు మీకు మీరు ఒక ప్రశ్న వేసుకోండి: ఇప్పటికిప్పుడు సాధించ గలిగితే వీటిలో ఏది నా జీవితాన్ని అత్యంత ప్రభావితం చెయ్య గలదు? ఆ ప్రశ్నకు మీ సమాధానంగా వచ్చిన లక్ష్యాన్ని చుట్టూ ఒక వృత్తంతో గుర్తించండి.

ప్రస్తుతం ఇది ధ్యేయం అయి కూర్చుంటుంది. మీ ప్రప్రథమ లక్ష్యము, మీ జీవన యానంలో తర్వాతి మజిలీకి ముఖ్యగమ్యం అయి కూర్చుంటుంది.

మూడవ మెట్టు: ఒక పథకం తయారు చెయ్యండి

ఈ లక్ష్యం ఒక తెల్లకాగితంమీదికి బదిలీ చెయ్యండి. అది వర్తమానకాలంలో, సుముఖంగా, ఉత్తమ పురుషలో వ్రాసి -అది సాధించినట్లే భావించి – పూర్తిచెయ్యటానికి ఒక గడువు తేదీ నిర్ణయించండి.

ఇక్కడ మీరు ఎదుర్కోవలసిన ఆటంకాలు, అభ్యంతరాలు, ఈ లక్ష్యం సాధించటానికి మీకు కావలిసిన అదనపు సమాచారం, పాటవాలు, ఈ ప్రయత్నంలో మీకు తోడ్పడవలసిన వ్యక్తులు అన్నీ ఒక జాబితా వ్రాయండి. ఈ సమాచారం అంతా ఒక పథకంగా తయారు చెయ్యండి. ఇప్పుడు మీ గమ్యం దిశగా కదలటానికి అనువుగా చర్యలు చేపట్టండి.

నాలుగవ మెట్టు:మీ లక్ష్యం మీద మెదడుకు మేత

మెదడుకు మేత అంటే మీ లక్ష్యం సాధించటానికి తీవ్రమైన ఏకాగ్రత వహించాలి అన్నమాట. మరొక కొత్తకాగితం తీసుకుని, మీ మొదటి లక్ష్యాన్ని ఒక ప్రశ్నరూపంలో కాగితం పైభాగాన వ్రాయండి. ఉదాహరణకు, మీ లక్ష్యం ఆర్థికం అయితే, "డిసెంబర్ 31, 2--- లోగా $ ------ సంపాదించటం ఎలా?" అని వ్రాయవచ్చు.

ఇప్పుడే అసలైన క్రమశిక్షణ కావాలి. ఈ ప్రశ్నకు కనీసం ఇరవై సమాధానాలు వ్రాయండి. సాధ్యమైతే ఇంకా ఎక్కువ కూడా వ్రాయవచ్చు. కానీ కనీసం ఇరవై సమాధానాలు వ్రాసి తీరాలి.

మొదటి మూడు – ఐదు సమాధానాలు సరళంగా సులువుగా ఉంటాయి. అదీ ఇదీ ఏదో చెయ్యవచ్చునని వ్రాస్తారు. ఆ తర్వాతి ఐదు సమాధానాలు ఇంతకంటే కష్టంగా ఉంటాయి. మీ సృజనాత్మకతకు పదును పెడతాయి. చివరి పది సమాధానాలకు తీవ్రమైన ఏకాగ్రత, క్రమశిక్షణ అవసరమవుతాయి. ఈ ఇరవై సమాధానాలు పూర్తి చెయ్యటానికి మీ సృజనాత్మకత గాఢముగా తీక్షణంగా కృషి చెయ్యాలి.

క్రియాశీలురు అవండి

ఇరవై సమాధానాలు సిద్ధమయిన తర్వాత, వాటిలో ఒకటి ఎంచుకొని, తక్షణం ఆ విషయంలో చర్య తీసుకోండి. ఈ ఇరవై సమాధానాలలో ఒకదానిమీద చర్య మొదలు పెడితే, మీ సృజనాత్మకత తలుపులు తెరుచుకుంటాయి. మీ సమస్యలు పరిష్కరించి, మీ లక్ష్యాలు సాధించటంలో మీకు నిత్యనూతనంగా ఆలోచనలు వస్తూ ఉంటాయి. మీ కృషి అత్యున్నత స్థాయిలో మొదలవుతుంది.

ఏదో ఒక సమాధానం చేపట్టి తక్షణం పనిమొదలుపెట్టకపోతే, మీ సృజనాత్మకత మందగిస్తుంది. ఆగిపోవచ్చు కూడా. ప్రయోజనం ఏమీ ఉండదు. ఫలితం శూన్యం.

ఒక కొత్త ఆలోచన కలిగినపుడు దానిని గురించి మీరు ఎంత త్వరగా చర్య తీసుకుంటారు? భవిష్యత్తులో రాబోయే కొత్త ఆలోచనలకు ఎంత శీఘ్రంగా క్రియారూపం కల్పిస్తారో ఈ వైఖరి నిర్ణయిస్తుంది.

మీరు క్రియాత్మకత ఎంత తీవ్రంగా చేపడితే, మీ సంభావ్యశక్తి అంత వేగతరం చేస్తున్నారు. మీ ముఖ్యాతిముఖ్యమైన లక్ష్యం సాధించటంలో సఫలతకు చేరువ అవుతున్నారు.

మీ జీవితం అంతా ఈ అభ్యాసం కొనసాగించండి. మీరు సంక్రమణంలో ఉన్నపుడు, లేక ఒక కొత్త గమ్యానికి పథకం అవసరమయినపుడు, పదిలక్ష్యాలతో ఒక జాబితా వ్రాయండి. వాటిలో ముఖ్యాతిముఖ్యమైనదిగా తోచినదానిని చేపట్టండి. అది సాధించటానికి ఇరవై మార్గాలు కల్పించండి. ఆ ఇరవైలో ఒకటి చేపట్టి క్రియాత్మకులు అవండి.

భవిష్యత్తునుంచి తిరిగి వెనక్కు

మీ లక్ష్యం సాధనకు గడువు తేదీకి మనసా ప్రయాణం కట్టండి. అంతా సవ్యంగా జరిగింది. మీ పథకం ప్రకారం మీరు ఆశించిన సమయానికి, గడువుతేదీలోగా, మీ గమ్యం చేరుకున్నారు— అని ఊహించండి.

ఇప్పుడు ఆ సఫలత దృక్పథం నుంచి, అంటే ఆ భవిష్యత్తునుంచి మీరు ఈనాడు, ఇప్పుడు ఉన్న స్థితిని దర్శించండి. ఇప్పుడు, “నేను ఈ లక్ష్యం ఎలా సాధించానంటే...”అన్న వాక్యం పూర్తిచేస్తూ ఇరవై సమాధానాలు, కనీసం

ఇరవై - వ్రాయండి. మీ సఫలత సాధనలో మీరు చేసిఉండవచ్చుననుకున్న పనులన్నీ – మీకు తోచినవన్నీ, ఒక్కటీ వదలకుండా - ఒక్కొకటిగా వ్రాయండి.

ఇప్పుడు మరొక తెల్లకాగితం తీసుకొని, "నేను ఎందుకు విఫలుడినయానంటే..." అన్న వాక్యం పూర్తి చెయ్యండి. మీరు చెయ్యగలిగిన, చెయ్యదలిచిన పనులన్నీ వరుసగా వ్రాయండి. ఈ పనులేవీ మీరు చెయ్యలేదు. కనుకనే వైఫల్యం ఎదురయింది.

ఈ రెండు అభ్యాసాలు చెయ్యటంవల్ల, చాలామందికి జీవితాంతమూ దొరకని స్పష్టత మీకు లభిస్తుంది. పది లేదా ఇరవై సమాధానాలతో ఈ పూర్తిచెయ్యటంవల్ల, మీ సఫలతకు మీరు ఏయే పనులు చెయ్యాలో, ఏయే పనులు చెయ్యకూడదో తక్షణం తెలుసుకో గలుగుతారు.

మీ ప్రప్రథమ లక్ష్యానికి ఒక సుముఖమైన ప్రమాణం సృష్టించండి. "డిసెంబర్ 31, 2--- నాటికి $------ సాధించటం నా ప్రప్రథమ లక్ష్యం." ఆ లక్ష్యం సాధించిన తర్వాత మీ జీవితం ఎలా మారిపోతుందో ఇప్పుడు మనసా దర్శించండి. మీ లక్ష్యం సాధించినపుడు మీకు ఎలాంటి అనుభూతి కలుగుతుందో ఊహించండి. అసలు మీకు ఈ లక్ష్యం ఎందుకో సకారణంగా సవివరంగా ఆలోచించండి.

చివరికి ఈ లక్ష్యం సాధించేవరకూ, మీరు ఒక్క రోజుకూడా వదలకుండా, ప్రతిరోజూ ఆ లక్ష్య సాధనకు ఏదో ఒకటి చేస్తూనే ఉంటారని సంకల్పం చెయ్యండి. ఇప్పుడు బయలుదేరండి. ఆ బాటన కొనసాగుతూనే ఉండండి. మీ ప్రప్రథమ లక్ష్యసాధన విషయంలో వైఫల్యానికి స్థానంలేదని మీకు మీరు గుర్తుచేసుకుంటూ ఉండండి.

అభ్యాసం

మీ ఫ్లయిట్ ప్లాన్ వ్రాయటం.

రాబోయే సంవత్సరం మీరు సాధించదలచిన పది లక్ష్యాలు వ్రాయండి:

1. ______________________________

2. ______________________________

3. ______________________________

4. ______________________________

5. ______________________________

6. ______________________________

7. ______________________________

8. ______________________________

9. ______________________________

10. ______________________________

రాబోయే ఇరవై నాలుగు గంటలలో, పై జాబితాలో ఏ లక్ష్యం సాధిస్తే, మీ జీవితం మీద అత్యంత ప్రభావం కలుగుతుంది?

____

____

____

ఈ లక్ష్యం సాధించటానికి మీ గడువుతేదీ ఏమిటి?

____

____

____

ఈ లక్ష్య సాధనలో మీకు ఎదురుకాగల ముఖ్యమైన సమస్యలు మూడు వ్రాయండి:

1. ____

____

2. ____

____

3. ____

____

ఈ లక్ష్యం సాధించటానికి మీకు అవసరమైన మూడు పాటవాలు, లేదా విజ్ఞానం ఏమిటి?

1. ____

2. ____

3. ____

ఈ లక్ష్యం సాధించటానికి మీకు మూడు చోట్లనుంచి సహాయ సహకారాలు అవసరం. ఆ ముగ్గురు వ్యక్తులు, బృందాలు, లేదా సంస్థలు గుర్తించి వారి పేర్లు వ్రాయండి.

1. ____

2. ____

3. ____

పైన మీరు ఇచ్చిన సమాధానాల ఆధారంగా ఈ లక్ష్యసాధనకు మీ మొదటి ఏడుఅడుగులు వరుసగా వ్రాయండి.

1. ______________________________

____

2. ______________________________

____

3. ______________________________

____

4. ______________________________

____

5. ______________________________

____

6. ______________________________

____

7. ______________________________

____

మీ లక్ష్య సాధన దిశగా కదలటానికి మీరు తక్షణం చేపట్టబోయే చర్య ఏమిటి?

____

____

చివరి ప్రశ్నకు మీ సమాధానం ఏదైనాసరే, వెంటనే మొదలు పెట్టండి. దేనికోసమూ కాచుకు కూర్చోకండి. వేగంగా కదలండి. ప్రయాణానికి ముందడుగు వెయ్యండి. వెనక్కు తిరిగి చూడవద్దు.

అధ్యాయం నాలుగు

మీ ప్రయాణానికి సిద్ధం కండి

మీలో పట్టుదల ఉన్నదా? ఈ క్షణాన్ని సొంతం చేసుకోండి.
ధైర్యంలో శక్తి, మాయ దాగి ఉన్నాయి.
పనిలో దిగండి. మనసు వేడెక్కుతుంది.
మొదలు పెట్టండి. పని పూర్తవుతుంది.

– జోహాన్ వోల్ఫ్ గాంగ్ ఫాన్

సన్నాహం వృత్తి నిపుణుల ప్రత్యేకత. ప్రతి రంగంలోనూ సఫలత సాధించినవారికి సన్నాహమే వారి గుర్తు. ఏ వృత్తిలోనైనాసరే, ఉన్నతస్థాయికి ఎదుగుతున్న కొద్దీ, సామాన్యవ్యక్తికంటే ఉన్నత పదవుల్లో ఉన్నవారు సన్నాహానికి ఎక్కువ సమయం వెచ్చిస్తారని మీరు గమనిస్తారు. ఒకే వృత్తిలో అధికశాతం ప్రజలు జీవికకోసం కిందామీదా పడుతూ ఉంటే, ఉన్నతస్థానాలు అలంకరించిన పదిశాతం వ్యక్తులు మాత్రం ప్రతివిషయంలోనూ సవివరంగా సన్నద్ధంగా ఉంటారు.

వృత్తిపరంగా ప్రయాణాలు చేసేవారు, ప్రయాణానికి సన్నద్ధులు కావటంలో కొన్నిపనులు అలవాట్లుగా మారేవరకూ పదేపదే చేస్తూ ఉంటారు. మొట్టమొదటిగా రాబోయే ప్రయాణానికి అవసరమైన అన్ని వస్తువుల జాబితా తయారు చేసుకుంటారు. వారు తమ జ్ఞాపకశక్తి నమ్మరు. అన్నీ సవివరంగా వ్రాసుకుంటారు.

రెండవది, పాకింగ్ చెయ్యబోయే ముందు తమతో తీసుకు వెళ్ళవలసిన వస్తువులన్నీ ఎదురుగా పెట్టుకుంటారు. విమానాశ్రయానికి గడువు సమయానికిలోగా చేరుకోవటానికి అనువుగా వారి లగేజ్ అంతా పాక్ చేసి ఉంచుతారు. చివరి నిమిషంలో హడావిడిగా ప్యాక్ చేస్తే, తర్వాత ప్రయాణంలో అవసరమయ్యే వస్తువులు ఏవైనా మర్చిపోవచ్చునని వారికి తెలుసు.

మీ ప్రయాణం సక్రమంగా జరిగి మీరు క్షేమంగా గమ్యంచేరే అవకాశాలు పెరగటానికి మీరు ఒక టెక్నిక్ ప్రయోగించవచ్చు. "అతి దారుణమైన దుష్ఫలితం" ఆలోచన మీరు అభ్యాసం చెయ్యవచ్చు. ఇది అభ్యాసం చేయాలంటే, 'ఈ ప్రయాణంలో జరుగగల అతిదారుణ దుష్ఫలితం ఏమిటి?' అని మిమ్మల్ని మీరు ప్రశ్నించుకోండి.

దుష్ఫలితాల నివారణ చర్య

నేను వృత్తిపరంగా వక్తను. సదస్సులు, చర్చాగోష్ఠుల నిర్వాహకుడిని. నా లగేజ్ కోల్పోయానంటే నేను కుప్పకూలినట్లే. ఆ ప్రసంగము, కార్యక్రమము జరిగేస్థలానికి నేను బట్టలు లేకుండా చేరుతాను. ప్రసంగానికి తయారు చేసుకున్న సమాచారము గల్లంతు. ఈ పరిస్థితి జరగకుండా ఉండటానికి నేను ముఖ్యమైన వస్తువులు నాతోబాటు ప్లేన్ లోకి తీసుకువెళ్తాను. విమాన ప్రయాణాలలో బ్యాగేజ్ మారుపడటమూ, తప్పిపోవటము, కనపడక పోవటము జరుగుతూ ఉంటాయి. కాని, నా ముందు జాగ్రత్తవల్ల నాకు ఎన్నడూ ఈ సమస్య కలగలేదు.

దూర ప్రయాణాలు, చాలారోజుల ప్రయాణము, ప్రసంగాలు ఉన్నపుడు పెద్ద సూట్ కేస్ అవసర మవుతుంది. అప్పుడుకూడా నేను ముఖ్యమైన అవసరాలతో ఒక చిన్న సూట్ కేస్ నాతోబాటు ప్లేన్ లోపలికి తీసుకు వెళ్తాను. పెద్ద సూట్ కేస్ లగేజ్ తో చెక్ ఇన్ కు వెళ్తుంది. ఒకవేళ అది మారుపడటము, తప్పిపోవటము వగైరా జరుగుతే, దానివల్ల కొంత అసౌకర్యం కలగవచ్చు కాని, ఘోరప్రమాదం ఏమీ జరుగబోదు.

మీ ముఖ్యాతి ముఖ్యమైన లక్ష్యం సాధించటానికి గమ్యానికి ప్రయాణం కడుతున్నపుడు, ఇక్కడ జరుగగల అత్యంత దుర్ఘటనలు ఏమిటి అని మిమ్మల్ని మీరే ప్రశ్నించుకోండి. వాటినుంచి కాపాడుకోవటానికి తగుచర్యలు చేపట్టండి.

అన్నిటికీ సిద్ధంగా ఉండండి

ఆలోచనాపరులకు గుర్తు ఏమిటంటే, వారు అత్యంత దుర్ఘటన జరుగవచ్చునని ఊహించి, అది తట్టుకోవటానికి తగు జాగ్రత్తలు ముందే తీసుకుంటారు. "నెపోలియన్ బోనపార్ట్ అదృష్టాన్ని నమ్ముతారా?" అని ఎవరో అడిగారు. "అవును. నమ్ముతాను. నేను దురదృష్టాన్ని నమ్ముతాను. నాకు ఎప్పుడూ దురదృష్టమే ఎదురవుతుందని నమ్ముతాను. అందుకు తగిన పథకంతో సిద్ధం అవుతాను." ఆయన సమాధానం.

వాతావరణ సమస్యలు లేదా సాంకేతిక కారణాలవల్ల విమాన యానాలు ఆలస్యం కావటమూ, లేదా రద్దు కావటమూ అసాధారణం ఏమీ కాదు. నాకు అలా చాలాసార్లు జరిగింది. ఈ ప్రమాదంనుంచి తప్పించుకోవటానికి నేను నా ట్రావెల్ ఏజెంట్ దగ్గర నా విమానానికి ముందు, వెనక బయలుదేరే విమానయానాల జాబితా తీసుకుంటాను. ఒకవేళ ఏ కారణం చేతనైనా నేను వెళ్ళవలసిన విమాన యానంలో ఏదైనా సమస్య ఎదురైతే, నేను వెంటనే మరొక విమానానికి మారుతాను. అనుకోని దుర్ఘటన జరిగిననాడు, నేను వెంటనే మా ట్రావెల్ ఏజెంట్ కు ఫోన్ చేస్తాను. ఆమె తన కంప్యూటర్ లో ప్రత్యామ్నాయ విమానయానాలు వెతికి, నాకు మరొకదారి చూపుతారు.

సమయానికి తగిన వేగిరపాటు

కొంతకాలం క్రితం నేను ఒక ఫార్చ్యూన్ 500 సంస్థకు సెమినార్ నిర్వహించటానికి ప్రయాణం కట్టాను. దేశం ఒక చివరి నుంచి మరొక చివరకు నడిచే ఆ విమాన ప్రయాణం 5 గంటలు పడుతుంది. అందరూ కూర్చున్న తర్వాత, విమానంలో ఏదో సాంకేతిక సమస్య తలెత్తిందనీ, తమ బృందం దానిని చక్కబెట్టటానికి ప్రయత్నిస్తున్నదనీ ప్రకటించారు. ప్రతి అరఘంటకూ ఒకసారి పరిస్థితి వివరిస్తామనీ ఈలోగా ప్రయాణీకులు ఏదైనా చదువుకోవచ్చు, లేదా ఫోన్ కాల్స్ చేసుకోవచ్చుననికూడా చెప్పారు.

గతంలో నాకు ఇటువంటి అనుభవాలు కలిగాయి. నేను విమానంలోనుంచి తక్షణం మా ట్రావెల్ ఏజెంట్ కు ఫోన్ చేశాను. ఇంకొక ఇరవై నిమిషాలలో అదే విమానాశ్రయంనుంచి మరొక విమానం నా

గమ్యస్థానానికి బయలుదేరుతున్నదని తెలుసుకున్నాను. నేను వెంటనేలేచి విమానం వదిలి వెళ్లి, ఆ విమానం పట్టుకున్నాను. నియమిత సమయానికి ఒక అరగంట ముందుగానే గమ్యం చేరుకున్నాను.

నేను మొదట ఎక్కిన విమానంలో సాంకేతిక సమస్య అనుకున్నదానికంటే చాలా తీవ్రమైనదని నాకు తర్వాత తెలిసింది. విమానంలో ఉన్న ప్రయాణీకులను అక్కడ మూడుగంటలకు పైగా కూర్చోబెట్టారు. ఆ తర్వాత ఆ ఫ్లయిట్ క్యాన్సెల్ అయింది. ఆనాడు తూర్పుకువెళ్ళే విమానాలన్నీ అప్పటికి నిష్క్రమించాయి. ఆ విమానంలో ప్రయాణీకులకు ఇంటికి తిరిగివెళ్లి మర్నాడు మళ్ళీరావటంతప్ప గత్యంతరం లేకపోయింది. మర్నాటి విమానయానంలో వారికి సీటు దొరికితే వారు అదృష్టవంతులు. ఒకరోజు ఆలస్యంగానైనా ఇంటికి చేరుకుంటారు.

చిన్న ఎదురుదెబ్బలు, పట్టాలుతప్పిన పథకాలు

ఎయిర్ పోర్ట్ కు వెళ్ళటానికి మీకు టాక్సీ అవసరమనేది సామాన్య విషయం. కాని ఆ టాక్సీ బుక్ చెయ్యటానికి మీరు ఆలసించినకొద్దీ, మీ టాక్సీ రావటం ఆలస్యం కావచ్చు, లేదా దొరకకపోవచ్చు. ముందుగానే సవ్యంగా ప్లాన్ చేసుకుంటే, ప్రయత్నం కుంటుపడకుండా ముందుకు సాగుతుంది.

రెండేళ్ళ క్రితం ఒకసారి డల్లాస్ లో మంచుతుఫాను కురిసింది. నేను అర్ధరాత్రి చేరిన మూలాన, ఎయిర్ పోర్ట్ నుంచి ఇరవైఐదు మైళ్ళ దూరాన ఉన్న హోటల్ లో బస చెయ్యవలసి వచ్చింది. మర్నాడు నాకు బర్మింగ్ హాం లో ఒక సెమినారు ఉన్నది. అంటే మర్నాడు ఉదయం 7.00 గంటలకల్లా నేను మళ్ళీ మరొక విమానం ఎక్కాలి.

హోటల్ నైట్ డ్యూటీలో ఉన్న గుమాస్తా అలిసి ఉన్నాడు. చెప్పేది వినే స్థితిలో లేడు. విమానాశ్రయం వెళ్ళటానికి నాకు ఉదయం 5.30 కల్లా ఒక టాక్సీ కావాలని అతనికి ఘట్టిగా చెప్పాను. టాక్సీ తప్పక పిలుస్తాననీ, మర్నాడు ఉదయం 5.30 కల్లా ఆ టాక్సీ నాకోసం కాచుకొని ఉంటుందనీ అతను భరోసా ఇచ్చారు. నాలుగు గంటలు నిద్ర తనంతరం నేను లేచి డ్రెస్ చేసుకొని టాక్సీ ఎక్కటానికి త్వరత్వరగా కిందికి వెళ్లాను. అక్కడ టాక్సీ లేదు!

రాత్రి డ్యూటీలో ఉన్న గుమాస్తాయే ఇప్పుడు అక్కడ ఉన్నాడు. ఆయన నిస్సహాయంగా భుజాలు ఎగరేసి, మర్చిపోయానన్నాడు. నేను ఇరుక్కుపోయాను.

అదృష్టవశాత్తూ, అపుడే ఒక విమానసంస్థ బస్ అక్కడికి వచ్చింది. తెల్లవారుఝాము ఫ్లయిటుకు విమానం సిబ్బందిని తీసుకు వెళ్ళటానికి వచ్చిన బస్ అది. వారిని బతిమాలి భంగపడి ఆ బస్ లో చోటు సంపాదించాను. ఆ తర్వాత ఆ బస్ డ్రైవర్ కు లంచంపెట్టి నేను వెళ్ళవలసిన టెర్మినల్ కు తీసుకువెళ్ళే ఏర్పాటు చేశాను. సరిగ్గా విమానం బయలుదేరేముందు అక్కడికి చేరి అందుకున్నాను, సకాలంలో బర్మింగ్ హాం చేరుకున్నాను.

నిశ్చేష్టులు కాకండి

ఈ అనుభవంతో నేను రెండు విషయాలు నేర్చుకున్నాను. అత్యంత దుర్ఘటన ఎదుర్కోవటానికి సన్నద్ధులుగా ఉండటం మొదటిది. ఎవరు ఏమి చెప్పినాసరే, వారు ఆ పని చెయ్యకపోవచ్చు నన్న సాధ్యతకు సిద్ధంగా ఉండండి.

రెండవది – నిశ్చేష్టులు కాకండి క్రియాత్మకులు అవండి. కోపంతో, నిస్పృహతో కూర్చునేబదులు, పనిచేపట్టి ముందుకు కదలండి. మరొకదారి వెతకండి, కనుక్కోండి. ప్రస్తుత పరిస్థితి తృప్తికరంగా లేకపోతే, అంగీకరించకండి. ఏదో జరుగుతుందని, జరుగవచ్చునని ఎదురుచూస్తూ కూర్చోక, మీరు ఆశించినది జరిగేట్లు చెయ్యండి.

చెక్ లిస్టు తయారు చెయ్యండి

పైలట్లు ప్రతిఒక్క ఫ్లయిట్ లోనూ ఒక చెక్ లిస్టు పరిశీలిస్తారు. వారు వేలాది మైళ్ళు విమానాలు నడిపి ఉండవచ్చు. పైలట్లుగా ఇరవై సంవత్సరాలుగా పనిచేస్తూ ఉండవచ్చు. కాని, ప్రతిఒక్క సారీ, వారు చెక్ లిస్టు తప్పకుండా పూర్తిగా పరిశీలిస్తారు.

మీరుకూడా ఒక చెక్ లిస్టు తయారు చెయ్యాలి. మీరు ఎన్నిసార్లయినా ప్రయాణం చేసి ఉండవచ్చు. కాని మీ చెక్ లిస్టు మరొక్కసారి పరిశీలించాలి. మీ జ్ఞాపకశక్తిని నమ్మకండి. ఒక్క చిన్న వివరం గమనించక పోయినా, మీరు చిక్కుకు పోవచ్చు. మీ గమ్యం అందనిపండు కావచ్చు.

కొన్నేళ్ళక్రితం నేను IBM సంస్థకు వరసగా కొన్ని సెమినార్లు నిర్వహించాను. IBM లో నా క్లయంట్ ఒకరు ఉన్నారు. ఆయన అద్భుతమైన మేనేజర్. చాలా మంచిమనిషి కూడా. హఠాత్తుగా ఆయన నా ఫోన్ కాల్ కు బదులు పలకటం మానేశారు. సంస్థలో నేను ఇతర వ్యక్తులను విచారించాను. ఆయన ఒక బిజినెస్ ట్రిప్ లో వెళ్తుండగా ఒక విమాన ప్రమాదంలో మరణించారని విన్నాను. చాలా విషాదం జరిగింది.

డల్లాస్ లో దిగిన తర్వాత ఆయన విమానం కూలిపోయింది. ఆ విమానంలో ఉన్నవారందరూ మరణించారు. ఆ తర్వాత జరిగిన దర్యాప్తులో ఆ విమానం కూలటానికి కారణం తెలిసింది. అది ఆనాటి ఆఖరు ఫ్లయిట్. ఆ సాయంత్రం డల్లాస్ లో గడపటానికి అందరూ ఎదురు చూస్తున్నారు. విమానం దిగటానికి రన్ వే సమీపిస్తూ ఉండగా విమానం సిబ్బంది అంతా సంతోషంగా కబుర్లు చెప్పుకుంటున్నారు. ఆ ఫ్లయిట్ ఇంజనీరు ఇరవై సంవత్సరాల అనుభవం ఉన్నవ్యక్తి. ఆయన పైలట్లతో కబుర్లు చెబుతూ చెక్ లిస్టు పరిశీలించటం మర్చిపోయారు. ఆ కారణంగా విమానం దిగుతూఉండగా ప్లేన్ ఫ్లాప్ లు దించటం మర్చిపోయారు. ఆ ఒక్క పొరపాటుతో ఆ విమానం కూలిపోయింది. మంటల్లో కలిసిపోయి విమానంలో ఉన్న అందరినీ పొట్టనపెట్టుకున్నది.

మీ వ్యక్తిగత గమ్యాలకు సాగుతూ, మీ లక్ష్యాలతో సతమతమవుతూ ఉంటే ఫలితాలు అంతదారుణంగా ఉండక పోవచ్చు. కాని ముఖ్యమైన వివరాలపట్ల ధ్యాస సన్నగిలితే, వ్యాపారం కూలిపోవచ్చు, డబ్బు అంతా నష్టపోవచ్చు.

సన్నద్ధతకు కీలకాలు

“ఆరంభం సక్రమంగా ఉంటే సగంపని పూర్తయినట్లే.” అని మీరు వినిఉండవచ్చు. ప్రతి ఒక్కరంగంలో వృత్తినిపుణులకు, సఫలత సాధించినవారికీ వారి తయారీయే బలం. పటిష్టంగా తయారు కావటమంటే, మీ స్వంత చెక్ లిస్టు అనుసరించటమే. అందుకు కొన్ని సూచనలు:

1. మీరు ఎక్కడికి వెళ్తున్నారు? మీ లక్ష్యాలు, కలలను గురించి స్పష్టంగా అవగాహన చేసుకోవటానికి తగిన సమయం వెచ్చించండి. మీ గమ్యం

ఏమిటి? అంతా సవ్యంగా మీరు ఆశించిన ప్రకారం నడిస్తే, మీ పరిస్థితి ఎలా ఉంటుంది? మీ లక్ష్యం ఎంత స్పష్టంగా, వివరంగా తెలిస్తే, ఆ లక్ష్యం సాధనకు అవసరమైన చర్యలు ప్లాన్ చెయ్యటం అంత సులువు అవుతుంది.

2. మీ లక్ష్యం సాధించటానికి, గమ్యం చేరుకోవటానికి మీరు చెయ్యవలసిన పనులన్నీ, దేనినీ వదలకుండా, ప్రతిఒక్కటీ జాబితా వ్రాయండి. కొత్తగా చెయ్యాలని తోచిన పనులన్నీ జాబితాలో చేరుస్తూపొండి.
3. మీ లక్ష్యానికి మార్గంలో ఏయే తప్పులు జరుగవచ్చునో, ఎటువంటి ఆలస్యాలు కలుగవచ్చునో ఊహించండి. దూరాలోచన చేసి, అనుకోని అవాంతరాలకు పరిష్కారాలు ముందుగా ఆలోచించండి. అంతా మీరు అనుకున్నట్లుగా జరుగుతుందని ఆశించి, అదృష్టాన్ని నమ్ముకుని కూర్చోకండి.
4. ఈ బాటన ప్రయాణం చేసినవారితో మాట్లాడండి. ఉన్నవిషయాన్ని మీరు కొత్తగా కనిపెట్టవలసిన అవసరం లేదు కదా! మీరు వెళ్ళదలచిన చోటికి చేరిఉన్నవారిని సవినయంగా సలహా అడగండి. అక్కడికి చేరటానికి తగినమూల్యం వారు చెల్లించే ఉన్నారు.
5. మీ గమ్యాన్ని, అందుకు మార్గాన్ని గురించి ఇతరులు వ్రాసిన ప్రతిఒక్కటీ చదవండి. కొన్నిసమయాలలో ఒక వ్యక్తి ఒకేఒక సూక్ష్మదృష్టి వైఫల్యాన్ని సఫలతగా మార్చివెయ్యవచ్చు.

మీకు, మీ కుటుంబానికీ, మీ భవిష్యత్తుకూ మీ లక్ష్యం ఎంత ముఖ్యమయితే, అంత ఎక్కువ సమయం మీరు మీ తయారీమీద గడపటం భావ్యం. రంగప్రవేశం చెయ్యటానికి ముందు ఇది అవసరం. ఇక్కడ 'అతి తయారీ' అంటూ ఏమీ లేదు.

ప్రత్యామ్నాయ పథకం

మీ లక్ష్యానికి, లేదా గమ్యానికి బయలుదేరినపుడు, దారిలో ఎదురయ్యే ఆలస్యాలు, వికర్షణలు, డొంకతిరుగుళ్ళు ఆలోచించి గుర్తించండి. మీ పథకం ఫలించకపోతే అందుకు ప్రత్యామ్నాయ పథకం సిద్ధం చేసి పెట్టుకోండి. అంతా మీరు ఆశించినట్లు జరుగుతుందని ఎన్నడూ భ్రమపడకండి.

వ్యాపారంలో ముఖ్యమైన వ్యక్తులను, ఖాతాదార్లను, డబ్బువచ్చే మార్గాలు, మార్కెటింగ్, అమ్మకాల పద్ధతులు, మీ వ్యాపారం ఆరంభించి విజయవంతంగా నడపటానికి కీలకమైన అంశాలూ మీరు గుర్తించాలి. మీ వ్యక్తిగత జీవితంలోని ఏయే అంశాలు మీ పథకాలను నీరసపరుస్తాయో, దారితప్పిస్తాయో కూడా మీరు ఆలోచించాలి. అవసరానికి ఒక ప్రత్యామ్నాయ పథకం సిద్ధంచేసి ఉంచండి.

మర్ఫీ సిద్ధాంతాలు ఎన్నడూ మరవకండి.:

1. జరగవలసిన తప్పు జరిగి తీరుతుంది.
2. అన్నిటినీ మించిన దుర్ఘటన అన్నిటికంటే ఆపత్కర సమయంలో జరుగుతుంది.
3. అన్నిటినీ మించిన ధననష్టం కలిగించే దుర్ఘటన అన్నిటికంటే ఆపత్కర సమయంలో జరుగుతంది.

దీనికి తోడూ కోహెన్ న్యాయం ఒకటి: "మర్ఫీ ఆశావాది."

ముందస్తుగా పథకం, తయారీ

మీ పరిపూర్ణ గమ్యము లేదా లక్ష్యము అవగాహన చేసుకోవటంలో సామర్థ్యం అవసరం. ఆ తర్వాత ప్రయాణం మొదలుపెట్ట బోయేముందు మీ పథకాన్ని సవివరంగా, ప్రగాఢముగా ఆలోచించగలశక్తి ఉండాలి. ఈ సామర్థ్యము, శక్తి మీ పథకంలో అందులో ఇమిడిఉన్న అనిశ్చితిని, సంశయాన్ని తగ్గిస్తాయి. మీరు నిశ్చయించుకున్న లక్ష్యం నెరవేరే అవకాశాలను పెంచుతాయి. "సక్రమమైన ఆరంభం అంటే సగంపని పూర్తయినట్లే." అన్న నానుడి గుర్తు ఉంచుకోండి.

సఫలతా సాధకులకు – ముఖ్యంగా ఒక వ్యాపారం లేదా ప్రయాణం ఆరంభదశలో – ముఖ్యమైన వివరాలన్నీ బాగా తెలుసు. వారు ఏదీ గాలికి వదిలిపెట్టరు. అంతా సవ్యంగా, సక్రమంగా నడుస్తుందని ఆశించరు. తమ ప్రయాణాన్ని గురించి తమకుఉన్న చింత ఎదుటివారికి కూడా ఉంటుందని వారు ఆశించరు. ఆ కారణంగా వారి లక్ష్యాలు నెరవేరే అవకాశాలు విపరీతంగా మెరుగు పడుతాయి. ఇక్కడ అదృష్టంతో ప్రసక్తి లేదు.

అధ్యాయం ఐదు

వేగాతివేగంగా బయలుదేరండి

విశ్వాసము, స్థిరత్వము లేనిచోట ధైర్యం నిలువలేదు.
మనం చేపట్టినపని చెయ్యగలమనే విశ్వాసమే
సగం యుద్ధం జయిస్తుంది.

ఒరిసన్ స్వెట్ మార్డెన్

మీ గమ్యం నిశ్చయించుకున్నారు. ఎయిర్ పోర్ట్ చేరుకున్నారు. విమానంలో ప్రవేశించి మీ సీటు ఆక్రమించారు. ఇప్పుడు మీరు అన్నిటికంటే ముఖ్యమైన అడుగు వెయ్యటానికి సిద్ధంగా ఉన్నారు: ఆరంభం, జయాపజయాలు తెలియని యుద్ధానికి సిద్ధమవుతున్నారు. ఇది మీ జీవితంలోనేకాదు, సఫలత సాధించిన ప్రతిఒక్కరి జీవితంలోను ఒక పెద్ద మలుపు.

విమానం రన్ వే చెంతకు చేరుతుంది. టవర్ నుంచి ఉడానానికి అనుమతి వస్తుంది. రన్ వే మీద పరుగు మొదలవుతుంది. మీ గమ్యానికి అసలయిన ప్రయాణం ఆరంభం.

ఉడానానికి అనుమతి దొరకగానే పైలట్ విమానానికి ఇంధనం ఫుల్ కోటా సరఫరా చేస్తారు. విమానం కదలటం మొదలవుతుంది. మొదట్లో నిదానంగా, తర్వాత మరికొంత వేగతరం, వేగతమం, ఇంకా ఇంకా వేగంగా గాలిలోకి ఎగిరేవరకూ వేగం పెంచుతూ పోతుంది. అప్పుడు గాలిలోకి లేచిన

తర్వాత పైలట్ "చక్రాలు పైకి" అని ఆదేశిస్తారు. అధికారికంగా అదే యానానికి మొదలు.

ఇక్కడ ఒక కీలకమైన ప్రశ్న: పూర్తి ఇంధనం కాకుండా పైలట్ 80/90 శాతం ఇంధనం మాత్రమే సరఫరా చేయాలని నిశ్చయించితే ఏమవుతుంది? ఏ పైలట్ అయినా దీనికి సమాధానం చెప్పగలరు. పూర్తి మోతాదులో ఇంధనం సరఫరా కాకపోతే, విమానం గాలిలో లేవటానికి తగిన వేగం పుంజుకోలేదు. విమానం అలా రన్ వే అతిక్రమించినదాకా వెళ్తూనే ఉంటుంది. గాలిలోకి మాత్రం లేవదు.

జీవితంలో సఫలతకూ, సాధారణతకూ ముఖ్యమైనతేడా ఇక్కడ తెలుస్తుంది. ఒక కొత్తగమ్యానికి సరికొత్త ప్రయాణం మొదలు పెట్టినపుడు సఫలతా సాధకులు ఫుల్ స్పీడ్ తో బయలుదేరుతారు. వెనక్కు తిరిగి చూడకుండా పనిచేస్తారు. వారు ఏమి చేస్తున్నాసరే – ముఖ్యంగా ఆరంభ దశలో – హృదయపూర్వకంగా చేస్తారు.

మీరు లక్ష్యం సాధించేవరకూ దీర్ఘకాలం చాలా కష్టపడి పనిచెయ్యటానికి సిద్ధంగా ఉండాలి. మీరు కోరిన విజయం సాధించటానికి అన్నిటికీ మించిన ముఖ్య విషయం ఇదే.

సామాన్యులు సాధారణంగా ఫుల్ స్పీడ్లో ఎన్నడూ బయలుదేరరు. సాధ్యమయినంత తక్కువ పనిచేసి, కులాసాగా కాలక్షేపం చెయ్యటానికి సాకులు వెతుకుతూ ఉంటారు. దానివల్ల జరిగేదేమిటంటే, వారి వేగం పెరగదు, వారు ఎన్నటికీ గాలిలోకి లేవలేరు. ఎందులోనూ, ఎన్నడూ విజయం సాధించలేరు.

మొదటి అడుగు

గొప్పవ్యక్తులు ఉత్తేజపరిచే బృహత్ పథకాలు ఎంచుకుంటారు. ఆ లక్ష్యానికి అంచెలంచెలుగా సవివరమైన పథకం తయారుచేస్తారు. ఆ తర్వాత అడుగు ముందుకు వేస్తారు. అదే మొదటి మెట్టు. ఘనతకు సామాన్యతకూ వ్యత్యాసం ఇక్కడే.

గొప్పవారిలాగానే సామాన్యులకు కూడా ఆశలు, కలలు, ఇష్టాలు, కోరికలు ఉంటాయి. అయితే అసలయిన క్షణాన వెనకడుగు వేస్తారు. ముందడుగు వేయనీయకుండా వారి మనసులో ఏదో అడ్డుపడుతుంది.

అపజయం, నష్టం కలుగుతుందేమోనన్న భయమువారిని ఆవహిస్తుంది. వెనక్కు తగ్గుతారు.

కొంతకాలం క్రితం నేనొక కొటేషన్ చదివాను: "జయం సిద్ధించబోతున్న క్షణంలో వారు సంశయించారు. ఆ సంశయంతో అంతా కోల్పోయారు. కోరికల తీరాన వారిబొమికెలు వెలవెలపోతూపడిఉన్నాయి." అది నేను ఎన్నటికీ మర్చిపోలేను.

ధైర్యమే కీలకం

ఘనవిజయాలకు అత్యవసరమైన మూలకం ధైర్యమే. విన్స్టన్ చర్చిల్ వ్రాసినట్లు, "అన్నిటికీ మూలం ధైర్యమే. కనుకనే ధైర్యం అన్నిటినీ మించిన ఉత్తమగుణం అయింది." "బ్రిటన్ ఉక్కు వనిత" గా ప్రఖ్యాతి చెందిన మార్గరెట్ థాచర్ 'అత్యవసర పరిస్థితులలో ఆదుకునేదిధైర్యమే' అంటారు.

'పవర్' గ్రంథ రచయిత రాబర్ట్ గ్రీన్ "సర్వదా సాహసోపేతులుగా ఉండండి. సాహసం తరుచు మిమ్మల్ని కష్టాలలో దించవచ్చు. మరికొంత సాహసం మిమ్మల్ని ఆ కష్టాలనుంచి బయట పడేస్తుంది." అంటారు.

కనుచూపుమేర వెళ్ళండి

మీ లక్ష్యం మీకు స్పష్టంగా తెలిసి ఉండాలి. కాని అది సాధించటంలో పట్టువిడుపులు చూపండి. మీరు ఎంత ముందుచూపుతో ప్లాన్ చేసినా, ఎంత బాగా ప్లాన్ చేసినా అనుకోని సంఘటనలు ఎదురవుతాయి. మీ ప్లాన్ పదేపదే మార్చవలసి రావచ్చు. కాని మీరు ముందడుగు వెయ్యటానికి సిద్ధంగా ఉండాలి.

మొదటి అడుగు వేసేముందు మీరు ముందుచూపుతో చాలాదూరం దర్శించగలరు. కాని ప్రకృతి ఈ విషయంలో పరాచకాలు ఆడుతుంది. దారిలో అడ్డుగోడలు లేపుతుంది. మీరు ఒకలక్ష్యము లేదా గమ్యము నిశ్చయించిన తర్వాత ప్రకృతి వెనకడుగువేసి మీకు ముందడుగువేసే అవకాశం కల్పిస్తుంది. ఇది ఒక పరీక్ష. మీకు మొదటి అడుగుకు అవకాశం చూపి, ప్రకృతి మీ ధైర్యసాహసాలు వెలకడుతుంది.

మీకు ఎదురుగా ఒక్కఅడుగు దూరం మాత్రమే కనిపిస్తున్నాసరే మీరు ధైర్యంగా అడుగు ముందుకు వేస్తే, ప్రకృతి మిమ్మల్ని ధైర్యస్థులుగా నిర్ణయిస్తుంది. తను వెనక్కు కదిలి మీకు మరొక అడుగు చూపుతుంది. మీరు ఆ అడుగు వేస్తే, ప్రకృతి మళ్ళీవెనక్కుతగ్గి మీకు మరొక అడుగు దారి ఇస్తుంది. మీరు ఒక్కొక అడుగు ముందుకు కదులుతూ ఉంటే మరొక అడుగు వెయ్యటానికి దారి కనబడుతుంది. అలా మీరు ఒక్కొక అడుగువేస్తూ ఎంతదూరమైనా ముందుకు నడవవచ్చు.

శ్రేష్టత వేట

మీజీవితంలో, వృత్తిలోవేగంగా మొదలు పెట్టటమంటే మీరు ఆశించిన సఫలత సాధించేవరకూ నిత్యమూ కృషి చెయ్యటానికి త్రికరణశుద్ధిగా నిర్ణయం మొదటి మెట్టు. మీరు చేసేపని అత్యుత్తమంగా చెయ్యటం రెండవ మెట్టు. మీ శక్తి సామర్థ్యాలు పూర్తిగా వెల్లడి కావాలంటే, మీ వృత్తిలో అత్యుత్తములు కావటానికి కంకణం కట్టాలి. అంతేకాదు మీ రంగంలో ఉత్తములైన పది శాతం ప్రవీణులలో ఒకరు కావటానికి నిశ్చయం చేయాలి. సంతోషము, పురస్కారాలు, సంతృప్తి, గుర్తింపు అన్నీ ఉత్తములనే వరిస్తాయి. అవిపోగా మిగిలినవి పంచుకోవటానికే మిగిలినవారు కాట్లాడుకోవాలి.

గారీ బెక్కర్ 1992 లో ఎకనామిక్స్ లో నోబెల్ పురస్కారం పొందారు. ఆయన ఇటీవల "అమెరికాలో అసమానత అంతరం" అన్న వ్యాసం వ్రాశారు. ఈ "అసమానత అంతరం నిజానికి పాటవాలలో అంతరం." అని ఆయన నిరూపించారు. మనం ఉన్నత సాంకేతికత, విజ్ఞాన ఆధారితమైన సమాజంలో జీవిస్తున్నాం. నిత్య నిరంతరంగా తమ విజ్ఞానము, పాటవము అభివృద్ధి చేసుకునేవారినే పురస్కారాలన్నీ వరిస్తాయి. విలువలు పెంచటానికి నిత్యనూతన మార్గాలు కనుక్కునేవారికే అందరికంటే ఎక్కువ ఆదాయాలు లభిస్తాయి.

కృషితో నాస్తి దుర్భిక్షం

దానికితోడు రాబడి అధికంగా ఉన్న కుటుంబాలలో ఉద్యోగాలు చేసేవారు ఎక్కువమంది ఉంటారు. వారు గంటలకొద్దీ పనిచేస్తూ ఉంటారు. రాబడి

తక్కువ ఉన్న ఇళ్ళలో పరిస్థితి ఇందుకు విపర్యయం. అధిక ఆదాయ వర్గంలో వ్యవస్థాపకులు, వ్యాపార స్వంతదారులు, ఉన్నత పదవులలో ఉన్న నిర్వాహకులు వారానికి సగటున యాభై తొమ్మిది గంటలు శ్రమిస్తారు. అల్ప ఆదాయవర్గంలో అడుగున ఉన్న 20 శాతం కుటుంబాలలో సభ్యులు సగటున వారానికి 20 గంటలు, అంతకంటే తక్కువ పని చేస్తారు. మీరు నాటనిది ఏదీ కోతకు రాదని గుర్తు ఉంచుకోండి.

రచయితలూ శ్టాన్లీ, డాంకో "ది మిలియనీర్ నెక్స్ట డోర్" అన్న పుస్తకం వ్రాశారు. వారు స్వయంకృషితో మిలియనీర్లు అయిన వ్యక్తులను ఇరవై అయిదు సంవత్సరాలు ఇంటర్వ్యూ చేసి ఆ సారం ఆ పుస్తకంలో భద్రపరిచారు. ఆ మిలియనీర్లలో 85 శాతం తమ నిరంతర శ్రమవల్లనే తమ సంపద కలిగిందని చెప్పారు. "నాకు ఎక్కువ చదువు లేదు. మిగిలినవారికంటే నేను ఏవిధంగాను తెలివైన వాడినీ, సమర్థుడినీ కాను. కాని వారందరికంటే ఎక్కువగా కష్టపడి పనిచెయ్యటానికి సిద్ధంగా ఉన్నాను." వారందరూ పదేపదే చెప్పినదాని సారం ఇది.

తమ రంగాలలో ఉన్నత 10 శాతంలో ఉన్నవారు అదే రంగంలో మిగిలిన 80 శాతం వారి సగటు సంపాదనకంటే ఐదు రెట్లు, పదిరెట్లు,ఇంకా చెబితే 20 రెట్లు కూడా సంపాదిస్తారు. మీరు కూడా ఆ ఉత్తమ 10 శాతంలో ఉన్నారా ? లేకపోతే భవిష్యత్తులో అక్కడికి చేరటం మీ కోరిక కావచ్చు.

పనిలో ఉన్నపుడు పని చెయ్యండి

మీ లక్ష్యాలు సాధించి గమ్యం చేరుకుంటారని ఈ ఒక్క నిబంధన భరోసా ఇస్తుంది: మీరు పనిలో ఉన్నంతసేపూ పని చెయ్యండి. మీరు ఉద్యోగానికి వెళ్ళినపుడు మీ విధి నిర్వహించండి. పిచ్చాపాటీ మాట్లాడుతూ, పరిచయాలు పెంచుకుంటూ కాలయాపన చెయ్యకండి. రోజంతా పనిచెయ్యండి. కొంచెం పెందలాడే మొదలు పెట్టాలనీ, మరికొంత శ్రమించాలనీ, సమయం ముగిసిన తర్వాతకూడా మరికొంత పని చెయ్యాలనీ సంకల్పించండి. పనిలో ఉన్నంతసేపూ పనిచెయ్యండి.

కాలం వృధాచేసేవారికి దూరంగా ఉండండి. మీ చుట్టూ ఉన్నవారందరూ చేతఉన్న సమయంలో అన్యమనస్కులై సగంసేపు మాత్రమే,

సగం వేగంతో పనిచేస్తారు. వారందరూ కుటుంబం, ఆటలు, రాజకీయాలు, ఇంకా ఇతర పనికిమాలిన విషయాలతో కాలక్షేపం చెయ్యాలని చూస్తారు. వారందరికీ దూరంగా ఉండండి. వారిని దూరంగా ఉంచండి. ప్రస్తుతం పనిలో ఉన్నారనీ, పనిముగిసిన తర్వాత వారితో మీరు మాట్లాడుతారనీ వారికి చెప్పండి.

ప్రతిరోజూ చెయ్యవలసిన పనులు వరుసక్రమంలో ఒక జాబితా వ్రాయండి. ఉదయం అన్నిటికంటే ముఖ్యమైన పనితో మొదలు పెట్టండి. అది నూటికి నూరుపాళ్ళు పూర్తయినదాక అందులో కొనసాగండి. మీ సంస్థలో అందరికంటే కష్టించి పనిచేసేవారుగా గుర్తింపు పొందాలని నిర్ణయించుకోండి. పనిలో ఉన్నంతసేపూ పని చెయ్యండి.

సఫలత యాదృచ్ఛికము, దైవికము కాదు. సఫలత కలుగుతుందో లేదో ముందరే చెప్పవచ్చు. సఫలత సాధించేవారుచేసే పనులే మీరూ అనుసరించితే, వారికి కలిగిన ఫలితాలు మీకుకూడా లభించి తీరుతాయి. మిమ్మల్ని ఎవరూ ఆపలేరు – మీరు తప్ప.

అధ్యాయం ఆరు

సంక్షోభానికి సిద్ధంగా ఉండండి

మానవాళి అంతటికీ ఉపయోగకారి అయిన ఒకేఒక సలహా ఏది
అని అడిగితే నా సలహా ఇది: జీవితంలో కష్టం తప్పనిసరి అని తెలుసుకోండి.
ఆ కష్టం ఎదురైనపుడు తలెత్తి దానికళ్ళలోకి సూటిగాచూసి
"నేను నిన్నుమించిన వ్యక్తిని. నువ్వు నన్ను గెలవలేవు." అని చెప్పండి.

– యాన్ లాండర్స్

మీరు విమాన ప్రయాణం చేస్తున్నపుడు, విమానం గాలిలోకి లేచిన తర్వాత ప్రయాణీకులు అందరూ తమతమ సీట్లలోనే కూర్చొని ఉండాలనీ, సీట్ బెల్ట్ కట్టుకునే ఉండాలనీ చెబుతారు. చాలాసార్లు "మన ప్రయాణం మొదట్లో కొంత వాతావరణ కల్లోలం ఉండవచ్చు. కనుక సీట్ బెల్ట్ కట్టుకునే ఉండండి." అని చెప్పటం సాధారణం.

మీరు కొత్తగా వ్యాపారం మొదలు పెట్టినపుడు, కొత్త ఉద్యోగంలో చేరినపుడు, ఈ కల్లోలం ఉంటుందని ఆశించవచ్చు. కొత్తఉద్యోగం, కొత్తవ్యాపారం, కొత్తవ్యవస్థ అన్నీ మీరు ఆశించని సమస్యలు, కష్టాలూ కలిగించవచ్చు. ఇలా జరుగుతుందని మీరు కలలోకూడా ఊహించి ఉండరు. విమానానికి దుమారం ఎదురైతే విమానం కిందికి డైవ్ చేస్తుంది. అలాగే ఇది కూడా.

మీరు ఒక కొత్త లక్ష్యానికి బద్ధులై రంగప్రవేశం చేయగానే జరగ వలసిన అవకతవకలన్నీ జరుగుతాయి. కొత్త వ్యవస్థ మొదలు పెట్టినపుడు

తొలిరోజులలో నేర్చుకున్న పాఠాలు మీరు రచించిన సాంవత్సరిక పథకంలో ఊహించి ఉండరు, అంతకు మునుపు నేర్చుకొని ఉండరు.

మీరు ఒక కొత్తలక్ష్యం దిశగా బయలుదేరినపుడు మీరు వరుసగా తప్పులుచేస్తూఉంటారు. తద్వారా మీ సమయము, డబ్బు, వృథాఅవుతాయి, మీ భావావేశాలు గాయపడుతాయి. మీ విజయానికి అవసరమైన విజ్ఞానం, పాటవాలు, వ్యక్తిత్వము వృద్ధి పరుచుకోవటానికి తప్పులుచేస్తూ ఆ అనుభవంద్వారా నేర్చుకోవటం మినహా వేరేమార్గం లేదు.

మీ గమ్యానికి దారిపొడుగునా సమస్యలు, ఎదురుదెబ్బలు, తాత్కాలిక పరాజయాలు ఎదురవుతాయి. జీవన మార్గంలో ఇవి తప్పనిసరి. మీరు సాధించదలచిన లక్ష్యానికీ మీకు మధ్యలో సవాళ్లు, అవాంతరాలు తప్పనిసరి. వాటిని ఎదుర్కొని, పరిష్కరించే సామర్థ్యం సంపాదించకపోతే, సఫలత అసాధ్యం.

మీ ప్రతిస్పందన

తమ లక్ష్యాలు, గమ్యాల మార్గంలో అవాంతరాలు ఎదురవుతాయని దృఢచిత్తులు ఆశిస్తారు. తాము ఆశించినట్లు జరుగకపోతే బలహీనులు ఆశ్చర్యపడుతారు, విస్మయం చెందుతారు. ఆగ్రహావేశంలో నోటికి వచ్చినట్లు పేలుతారు. వారి సమస్యలకు ఇతరులను నిందిస్తారు. తరుచు వారు కుంగిపోయి, ఆలోచనా శూన్యులవుతారు.

ఈ సమీకరణంలో మీరు ఒక వైపు మాత్రమే చక్కదిద్దగలరు. కష్టాలు ఎదురైనపుడు మీరు ఎలా స్పందిస్తారు? దీనినే స్పందనా సామర్థ్యం అందాము.

జీవితంలో సమస్యలు ఎదురవుతూనే ఉంటాయి. మీరు ఆ సమస్యలు ఎంత సమర్థతతో పరిష్కరించగలరు అన్న విషయంమీద మీ జయాపజాలు ఆధారపడి ఉంటాయి. ఈ సమస్యలను ఎదుర్కోవటానికి సఫలతా సాధకులు అనసరించే వ్యూహాలు అనేకం ఉన్నాయి. అవి మీరుకూడా నేర్చుకోవచ్చు.

సమస్యలు, ప్రాంతము

అన్నిటికంటే ముఖ్యంగా సమస్యలు, నిరాశలు, తాత్కాలిక పరాజయాలు

ఎదురవుతాయని ఆశించటం తెలివైనపని. అలా జరిగినపుడు ఆశ్చర్యపోవటం, అప్రతిభులు కావటం, ఆగ్రహించటం అనవసరం. దానికి బదులు గట్టిగా ఊపిరి పీల్చి, శరీరం సడలించి "సమస్యలు పరిష్కరించటం నా బాధ్యత." అని చెప్పుకోండి.

మీరు ఒక సమస్య పరిష్కరించిన ప్రతిసారీ, మరింత కఠినసమస్యలు పరిష్కరించటానికి సమర్థులవుతారు. సమస్యలు పరిష్కరించినందువల్ల, అంతకు మించిన సమస్యలు పరిష్కరించే అవకాశం పురస్కారంగా వస్తుంది. సమస్యలతోబాటు పురస్కారాలు, బాధ్యతలు కూడా పెరుగుతాయి.

ఉద్యోగంలో, వ్యక్తిగత జీవితంలో సమస్యలు పరిష్కరించటంలో మీరు మీ సమర్థత స్థాయికి ఎదుగుతారు. పెద్దవారు పెద్ద సమస్యలు పరిష్కరిస్తారు. చిన్నవారు చిన్న సమస్యలు పరిష్కరించవచ్చు లేదా ఏ సమస్యలూ పరిష్కరించలేక పోవచ్చు. తమ రంగంలో చిన్నవీ పెద్దవీ అనేక సమస్యలు పరిష్కరించినవారే అసమాన విజయాలు సాధించినవారు. వారి ఆత్మవిశ్వాసం అచంచలం.

పరిష్కారాలు ఆలోచించండి

ఉత్తములు ఎప్పుడూ పరిష్కారాలను గురించి మాత్రమే ఆలోచిస్తారు. సమస్యను గురించీ, దానికి ఎవరిని తప్పు పట్టాలి అనికాక, వారు సదా పరిష్కారాలను గురించి, కర్తవ్యాన్ని గురించీ ఆలోచిస్తారు. వారు భవిష్యత్తులోకి చూస్తారు. ప్రస్తుతం నష్టం పూడ్చటం ఎలా, సమస్య తగ్గించటం ఎలా, ముందుకు సాగటం ఎలా అన్న ఆలోచనలో ఉంటారు.

సమస్యలను గురించి మానసికంగా సిద్ధంగా ఉండటం మీరు అనుసరించగల ఉత్తమ పథకం. ఏది ఏమైనా సరే, మీరు మాత్రం ప్రశాంతంగా, సడలి ఉంటారని నిశ్చయించు కోవటం. అటువంటి సమయాలలో కోపగించుకోననీ, కలవర పడబోననీ ముందుగానే నిశ్చయించుకొని ఉండాలి. ఆ సమస్య విషయంలో ప్రశాంతంగా, ప్రభావపూర్వకంగా వ్యవహరించటానికి మనసా ముందుగానే సంసిద్ధులై ఉండాలి.

ఇలా ముందుగానే నిర్ణయించుకున్నతర్వాత, సమస్యలు ఎదురయితే మీరు స్వయంచాలకంగా నిదానించి ప్రశాంతత వహిస్తున్నారని మీరే

గమనిస్తారు. మీరు తాపీగా ప్రయోజకాత్మకంగా వ్యవహరిస్తారు. పరిస్థితి మీ అదుపులో ఉంటుంది.

ప్రశ్నలు అడగండి

మీ వ్యాపారంలో, లేదా మీ వ్యక్తిగత జీవితంలో అనుకోని కలవరం కలిగితే, ప్రతిస్పందనతో కలవరపడే బదులు మీరు ఏకాగ్రతతో, ప్రశాంతంగా ప్రశ్నలు అడిగి పరిష్కారాలు ఆలోచించవచ్చు.

మొట్టమొదటగా విషయ సేకరణ చెయ్యండి. అసలు సమస్య ఏమిటి? అది ఎలా జరిగింది? ఆ సమస్యవల్ల కలగబోయే కష్టనష్టాలు ఏమిటి? వాస్తవ విషయాలు నిజమో కావో పునఃపరిశీలన చెయ్యండి. చాలాసార్లు పెద్దసమస్యగా మొదలైనది అనవసరంగా బ్రహ్మరాక్షసిలా దర్శనం ఇవ్వవచ్చు. మీకు అందిన సమాచారం తప్పు సమాచారం కావచ్చు.

కొన్నిసార్లు సమస్యకు పరిష్కారం సమస్యలోనే ఇమిడి ఉంటుంది. ఒక సమస్య ఎదురయినపుడు అది సమస్యే కాకపోవచ్చు. అది మారువేషంలో వచ్చిన వరం కావచ్చు. ప్రశ్నలు అడగటంతోనే మీరు శాంతించుతారు. పరిస్థితి అదుపులోకి వస్తుంది. పరిష్కారంమీద మనసు ఏకాగ్రం చెయ్యండి. ఈ సమస్య పరిష్కరించటానికి నేను చేయగల తక్షణ కర్తవ్యమేమిటి?

ఏదైనా సమస్య ఎదురైనపుడు చాలామంది దానిని ఉత్పాతంగా ఊహిస్తారు లేదా అందువల్ల జరుగబోయే ఉత్పాతాలు ఊహిస్తారు. జరిగినదానికి ఎవరిని తప్పు పట్టటమా అని ఆలోచిస్తారు. ఈ స్వభావంనుంచి మీరు తప్పుకోవాలి, అలాంటి ఆలోచనలు చెయ్యకుండా మీ చుట్టూ ఉన్నవారిని కూడా కట్టుదిట్టం చెయ్యాలి.

బాధ్యత వహించి

ఇప్పుడు మీరు సమస్య ఏమిటో నిర్ణయించి నిర్వచించారు (అది వాస్తవానికి సమస్యేనని ధృవపరిచారు). ఆ సమస్య పరిష్కరించటానికి, లేదా తగ్గించ టానికి వివిధ చర్యలు ఆలోచించారు. ఇక మీరు చెయ్యవలసినదల్లా ఆ చర్య తీసుకోవటానికి బాధ్యత వహించటం, లేదా ఆ బాధ్యత మరొకరికి అప్పగించటం.

సర్వదా మీరు చేపట్టగల చర్యలు ఆలోచించండి. అనుకోని అల్లకల్లోలం ఎదురైతే, పైలట్ రెండుచేతులూ స్టీరింగ్ చక్రంమీద ఉంచి, చూపు ఎదురుగాఉన్న గేజేస్ మీద ఏకాగ్రం చేస్తారు. అదేవిధంగా మీకు సమస్యలు ఎదురైనపుడు మీరు పరిస్థితి అదుపులోకి తీసుకొని, మీరు సక్రమమైన దిశగా పయనించేట్లు చూసుకోవాలి.

జీవితంలో ఎదురయ్యే ప్రతిఒక్క సమస్యా ఒకవిధమైన పరీక్ష. ఆ పరీక్ష మీరు ఉత్తీర్ణులవుతారా లేదా అన్నదే ప్రశ్న. ఒక సమస్య లేదా కష్టానికి మీరు ప్రయోజనాత్మకంగా ప్రతిస్పందించిన ప్రతిసారీ మీ వివేచనా, వివేకము, వ్యక్తిత్వ పటుత్వము పెంపొందుతాయి. మీ శక్తి సామర్థ్యాలు వృద్ధిచెందుతాయి. ఘనతరమైన సమస్యలు పరిష్కరించటంలో సమర్థులవుతారు.

మీ భాష మార్చండి

విమానయానంలో "వైఖరి" అంటే విమానం ఏ కోణంలో నడుస్తున్నదీ, లేదా క్షితిజానికి ఏ కోణంలో నడుస్తున్నదీ అని అర్ధం. ఒక సమస్యను గురించి మీ ఆలోచనా విధానం మీ వైఖరిని, లేదా మీ పద్ధతిని తెలియజెపుతుంది.

కష్టసమయంలో మీ వైఖరి, మీ పద్ధతి మార్చుకోవటానికి మీరు మూడుపదాలు ప్రయోగించవచ్చు. మొట్టమొదటిగా "సమస్య" అన్న పదం స్థానే "పరిస్థితి" అన్న పదం ప్రయోగించండి. "సమస్య" అనేది విముఖమైన పదం. భయం, ఆదుర్దావంటి అనుభూతులు కలిగిస్తుంది. "పరిస్థితి" తటస్థమైన పదం. "మనకొక సమస్య ఎదురయింది." అనేబదులు మీరు "మనకు ఒక పరిస్థితి ఎదురయింది." అనవచ్చు.

నన్నడిగితే "సమస్య" అన్న పదానికి బదులు "సవాలు" ప్రయోగించమంటాను. ఏదైనా సమస్య ఎదురైతే, వెంటనే "ఇదిగో ఇక్కడ మనకు ఒక సవాలు ఎదురైంది." అనండి.

"సవాలు" అన్నది సుముఖమైన మాట. సవాలు అన్నమాట తలుచుకుంటే మీకు ఒకపోటీ, లేదా మీ శక్తి యుక్తులకు ఒక పరీక్ష మనసులో మెదులుతుంది. సవాళ్లు జీవితానికి జీవం పోస్తాయి. జీవనానికి ఆనందం కలిగిస్తాయి. మీ సంభావ్యశక్తికి పదును పెడతాయి.

"అవకాశం" అన్నిటికంటే ఉత్తమమైన పదం. "మనకు ఒక సమస్య ఎదురయింది." అని చెప్పే బదులు, "మనకు అనుకోని అవకాశం వచ్చింది." అనవచ్చు.

"మీకు ఎదురయ్యే ప్రతిఒక్క సమస్యలో, కష్టంలో అంతకు మించిన ప్రయోజనం, లేదా మేలు ఇమిడి ఉన్నాయి." అన్న నెపోలియన్ హిల్ మాటలు ప్రఖ్యాతి చెందాయి. అందులో మేలు కనుక్కోవటమే మీ కర్తవ్యం. ఒక సమస్యను మీరు ఎలా చేపట్టబోతున్నారనేది మీ వైఖరిమీద ఆధారపడి ఉన్నది.

ప్రతి ఒక్క పరిస్థితిలోను మంచిని, మేలును చూడటం, ప్రతి సమస్యలో, కష్టంలో దాగి ఉన్న మేలు, ప్రయోజనం గమనించటమే సఫలతా సాధకుల ఆలోచనా విధానం.

మీ మానసిక శక్తుల తాళాలు తెరవండి

మీ మెదడు ఒక అద్భుతమైన అంగం. మీరు విశ్రాంతిలో ప్రశాంతంగా ఉన్నపుడు మీ నియోకార్టెక్స్(మీ మెదడులో ఆలోచనచేసే భాగం) చురుకుగా మీకు అందుబాటులో ఉంటుంది. కాని మీరు ఆదుర్దాగా, కోపంగా ఉన్నపుడు అది తలుపులు మూస్తుంది. బిల్డింగ్ లో పవర్ పోయి, లైట్లు అన్నీ ఆరిపోయినట్లే. ఒక సమస్య మీలో భావావేశం కలిగిస్తే, మీ ఆలోచన మీ పేలియో కార్టెక్స్ కు బదిలీ అవుతుంది (అది మీ అభావావేశాల మెదడు. లిమ్బిక్ బ్రెయిన్).

మీ భావావేశాల మెదడుకు రెండు అవస్థలు ఉన్నాయి. పోరాటం, పలాయనం. ఒక సమస్యవల్ల మీకు భయం, ఆదుర్దా కలిగితే వెంటనే మీరు తిరస్కారం, ఆగ్రహం, నింద ఏదో ఒకటి పూనుతారు. మీరు ఎదురుతిరిగి అరవటానికి, పోరాడటానికి సిద్ధం కావచ్చు. లేదా అదే సమసిపోతుందనే భావంతో దానిని పట్టించుకోక పోవచ్చు. ఈ రెండు ప్రతిస్పందనలలో ఏదీ ప్రయోజనం లేదు.

ఉత్తములు, తమతమ రంగాలలో నాయకులు – దైనందిన జీవితంలో ఈ ఎగుడు దిగుడులు వారికీ ఎదురవుతూ ఉంటాయి. వారి ఆలోచనలు, భావావేశాలు వారి అధీనంలో ఉంటాయి. కనుక ఈ ఎగుడు దిగుడులు వారిని బాధించవు. ఆ పరిస్థితి వివరించటానికి వారు సరయిన పదజాలం

వినియోగిస్తారు. అందుకు అనువుగా వారి స్వరం, వారి ప్రవర్తన వారి అధీనంలో ఉంటాయి.

ఎదురు గాలి

ఒక కొత్త గమ్యానికి, లక్ష్యానికి బయలుదేరటమంటే విమానంలో బయలుదేరటం వంటిదే. మీకు బయలుదేరే సమయము, గమ్యంచేరే సమయము తెలిసి ఉంటాయి. మీకు వేరే కార్యక్రమం ఉంటుంది. సకాలంలో గమ్యం చేరుతారనే ఆశిస్తారు. కాని గాలిలోకి లేవగానే పైలట్ల భాషలో "అనుకోని ఎదురుగాలులు' ఎదురవుతాయి.

గత కొన్ని సంవత్సరాలలో నేను మిలియన్లకొద్దీ మైళ్ళు ప్రయాణం చేశాను. విమానం కూలిపోవటం తప్ప మిగతా అనుభవాలన్నీ రుచిచూశాను. వసంతం, శిశిర ఋతువులలో దేశం ఒక కొస నుంచి మరొక కొసకు ప్రయాణం చేసే విమానం ఎదురుగాలులు ఎదుర్కోవటం అసాధారణం ఏమీ కాదు. కొన్నిసార్లు ఈ గాలులు గంటకు 150– 200 మైళ్ళ వేగంతో వీచుతూ ఉండవచ్చు. విమానాన్ని రెండు మూడు గంటలు ఆలస్యం చెయ్యవచ్చు. నేను ఒకసారి న్యూయార్క్ నుంచి డల్లాస్‌కు ప్రయాణం చేస్తున్నపుడు ఎదురుగాలులు అడ్డుఅడ్డాయి. వాటి ధాటికి పైలట్ విమానం సెయింట్ లూయిస్ లో దించి తిరిగి మరొకసారి ఇంధనం నింపవలసిన పరిస్థితి ఏర్పడింది.

జీవిత పరిస్థితికూడా ఇటువంటిదే. మీరు ఒకకొత్త ప్రయాణం మొదలు పెట్టగానే ఎదురుగాలులు మొదలవుతాయి. ప్రతిఒక్క ధర రెట్టింపు అవుతుంది. మీరు ఆశించిన దానికంటే మూడురెట్లు సమయం అవసరమవుతుంది. కొత్తగా ఒక సంస్థ స్థాపించుతున్నపుడు, ఆర్థిక పథకం అత్యుత్తమంగా ఉండాలి. అప్పుడు వాస్తవ స్టితి ఎదుర్కోవటానికి దానిని రెట్టింపు చెయ్యాలి. కొన్ని మైలురాళ్ళు చేరుకోవటానికి ఎంత సమయం అవసరమో అంచనా వెయ్యాలి. యదార్థస్థితి తట్టుకొవటానికి దానిని మూడింతలు చెయ్యాలి.

పలురకాల ఎదురుగాలులు

మీ వ్యాపారంలో, వ్యక్తిగత జీవితంలో ఎదురుగాలులు పలుదిశలనుంచి రావచ్చు. ఈ ఎదురుగాలులు ముఖ్యంగా ఎదుటివాళ్ళనుంచి వస్తాయి. వారు

మిమ్మల్ని నిరాశ పరచవచ్చు, మోసం చేస్తారు, నమ్మకద్రోహం చేస్తారు, మీరు ఆశించిన స్థాయికి చేరక పోవచ్చు. దానికితోడువారు అసమర్థులూ, నిర్లక్ష్యపరులూ కూడా కావచ్చు. మీకు ఎదురయ్యేవారందరూ వివేకవంతులూ, సమర్థులూ, నిజాయితీ పరులూ అని ఆశిస్తే మీ అనుభవాల బాటలో చాలాసవాళ్లు ఎదురవుతాయి.

ఆతర్వాత ఎదురుగాలులకు మీ ఖాతాదార్లు మూలం అవుతారు. మీరు ఒక నూతనవ్యవస్థ స్థాపించినపుడు, మీ వస్తువులు, సేవలు కొనటానికి ఖాతాదార్లు దొరకటం ఎంతకష్టమో తెలిస్తే ఆశ్చర్యపోతారు. ప్రస్తుతం వారు ఉపయోగిస్తున్న బ్రాండ్ నుంచి మారి, మీ వస్తువు కొనటం ఎంత దుస్సాధ్యమో చూసి విస్తుపోతారు. చాలామంది ఖాతాదార్లు వారివారి సుఖడోలలలో ఉంటారు. మీ వస్తువు, సేవ మెరుగైనవి, మేలైనవి కావచ్చు. కాని వారి గత అనుభవం వారికి సౌఖ్యం రుచిచూపింది. కనుక ఆ జడత్వంలో వారు ఆ సప్లయర్ దగ్గరనే కొంటూఉంటారు.

మీ ఖాతాదార్లు మిమ్మల్ని నిరాశ పరుస్తారు. మీరు ఆశించిన దానికంటే తక్కువ కొంటారు. మీరు ఆశించిన దానికంటే నిదానంగా కొంటారు. డబ్బు మీరు ఆశించినదానికంటే ఆలస్యంగా చెల్లిస్తారు. ఫిర్యాదులు మీరు ఆశించినదానికంటే ఎక్కువ మోతాదులో చేస్తారు. మీ ఖాతాదారులకు అధిక ప్రయోజనం కలిగించాలని మీరు ప్రవేశపెట్టిన వస్తువు, లేదా సేవ ప్రియంగా ఉన్నవని, ఇతరులతో పోటీకి తూటంగలేదని, మీరు హామీ ఇచ్చిన సరఫరా, ఇతర సదుపాయాలలోలోపాలు ఉన్నాయని తరుచు గ్రహిస్తారు. ఈ కష్టాలు, సవాళ్లు సామాన్యం, సహజం. అవి వాస్తవం అని గ్రహించి వాటిని పరిష్కరించటానికి మార్గాలు కనుక్కోవటం మీవంతు.

ఖాతాదార్లు చెప్పేది సర్వదా ఒప్పేనని మీరు గుర్తుఉంచుకోవాలి. ఇక్కడ మీ ఉత్పాదన ఏమిటన్నది ప్రశ్న కాదు, ప్రజలు ఏమి కొంటున్నారన్నది ముఖ్యం. ప్రజలు ఏది కొని ఆనందిస్తారు అన్నది మీ భవిష్యత్తును నిర్ణయిస్తుంది. మీరు అమ్మజూపేది కాదు. జీవితంలో మనం ఇతరులకు ఏదో ఒకవిధంగా సేవచేసి మన జీవిక సంపాదిస్తాం. కనుక మనం సఫలత సాధించాలంటే ఏమిచెయ్యాలో సర్వదా నిర్ణయించేది ఆ ఇతరులే. ఖాతాదార్లు మీ వస్తువులు కొనాలి. మళ్ళీమళ్ళీ కొనాలి. వారి బంధు మిత్రులకు కూడా

చెప్పి సిఫార్స్ చెయ్యాలి అంటే వాస్తవాలకు ముఖాముఖి అవండి, యదార్థంతో వ్యవహరించండి, మీ వస్తువు, సేవ అవసరానికి అనుగుణంగా రూపుదిద్దండి.

ఆర్థిక ఎదురుగాలులు

మీకు ఎదురయ్యే మరొక ఎదురుగాలి డబ్బుకు సంబంధించినది. డబ్బు సంపాదించటం సులువని కొందరు చెప్తారు. సుముఖంగా ఆలోచించి, మీరు ధనవంతులైనట్లు కలలుగంటే చాలునని చెప్పే పెద్దలు ఉన్నారు. ఇది నిజమేనని నమ్మటానికి అందరూ సిద్ధంగా ఉన్నారు. శ్రమలేకుండా ధనవంతులయ్యే ఈ భావన చాలామంది హృదయ పూర్వకంగా హత్తుకున్నారు.

కాని, నిజమైన ఆర్థిక సఫలత సాధించినవారు ఈ బృందంలో ఉండరు. పుష్కలంగా డబ్బు సంపాదించినవారు తమ చేదు అనుభవాలతో నేర్చుకున్నదేమిటంటే, డబ్బువిషయంలో డబ్బు పోగొట్టుకోవటం ఒక్కటే సులువైన పని అని. “డబ్బు సంపాదన అంటే సూదితో బావి తవ్వటం లాంటిది; డబ్బు పోగొట్టుకోవటం అంటే, ఇసుకలో నీళ్ళు పోసినట్లే.” అని జపనీస్ సామెత.

డబ్బు చాలా భావావేశాలతో కూడిన విషయం. కారణం ఏదైనా కానీయండి, ప్రజలు తమ డబ్బువదులుకోవటానికి సుతరాము ఇష్టపడరు. అప్పులకోసం, అరువుకోసం మీరు ఎవరిని అడిగినాసరే, మీ మిత్రులు కానీయండి, బ్యాంకులు, వడ్డీ వ్యాపారులు అరువు సరుకులు ఇచ్చేవారు ఎవరైనా కానీయండి ఇవ్వటానికి వెనుకాడుతారు, సందేహిస్తారు. ఒకవేళ చేసినా చాలా నిదానంగా చేస్తారు. వారి డబ్బువిషయంలో వారు అతిజాగ్రత్త వహిస్తారు. ఎందుకంటే డబ్బు ఉన్నవారికి అబద్ధాలు, మోసం, దగా, అన్ని రకాల అనుభవాలు గతంలో రుచిచూశారు. అందుకే, మీకేకాదు ఎవరికైనాసరే డబ్బు ఇవ్వాలంటే వారు సందేహిస్తారు, జాగ్రత్త పడుతారు.

వ్యక్తిగత దుమారాలు

వ్యక్తిగతంగా మీకు కొన్ని దుమారాలు తెలుస్తాయి. సఫలత సాధించటానికి అవసరమైన ప్రత్యేక ప్రావీణ్యము, పాటవాలు, విజ్ఞానము మీకు లోపించాయని తెలిసి మీరు అవాక్కు అవుతారు. మీ నిర్వహణా సామర్థ్యం అంతంతమాత్రమే. మీ క్రమశిక్షణ అంతకంటే పూజ్యం. మీకు ఏకాగ్రత లోపమనిపిస్తుంది.

ముఖ్యమైన పనులకుకూడా త్రికరణశుద్ధిగా ప్రయత్నం చెయ్యరు. వృధాకాలయాపన చేస్తారు. ఆ తర్వాత అంత తక్కువ వ్యవధిలో ఇంతపని సాధ్యం కాదని వాపోతారు.

మీకు ఆర్థిక అనుభవం, విశ్లేషణా సామర్థ్యం, మార్కెటింగ్, విక్రయపాటవాలు లేకపోవచ్చు. మీ వ్యాపారం ఎలా పథకం చెయ్యాలో, ఎలా వ్యవస్థీకరించాలో తెలియక పోవచ్చు. ప్రయోజనకరమైన ప్రకటనలతో ఖాతాదారులను ఆకర్షించటం, మీ వస్తువులు కొనుమని కొత్తవారిని ఆకట్టుకోవటం తెలియకపోవచ్చు. సమర్థులను ఆకర్షించి ఉద్యోగంలో నిలుపుకోవటం మీకు తెలియకపోవచ్చు. వ్యాపారంలో తగిన నిర్ణయాలుకూడా మీకు కొత్త.

మీరు కొత్తగా వ్యాపారం మొదలుపెట్టబోతూ ఉంటే, అందులో ఉద్యోగాలకు తగినవారిని ఎంచుకోవటం మీకు తెలియనివిద్య కావచ్చు. ఎవరికి ఏపని అప్పగించాలో, ఆ తర్వాత వారిని సకాలంలో పనులు పూర్తిచెయ్యటానికి, ఖర్చులు మితిమీరకుండా ఉండటానికీ, ఎక్కడ ఎవరు ఏపని చెయ్యాలో, ఎలా అజమాయిషీ చెయ్యాలో కూడా మీకు అనుభవం లేకపోవచ్చు.

అదృష్టవశాత్తూ ఈ మెలకువలన్నీ నేర్చుకోవచ్చు. కాని ఈ మెలకువలన్నీ నేర్చుకోవాలంటే ప్రప్రథమంగా అవి మీకు తెలియవు, అవి మీరు నేర్చుకోవాలి అని మీరు మనసా ఒప్పుకోవాలి. ఆ తర్వాత మీ శిక్షణ మొదలు కావచ్చు.

మీ మనసు నమ్మశక్యం కానంత అద్భుతం. మీరు సాధించాలని నిశ్చయించుకున్న లక్ష్యం ఏదైనా సరే సాధించటానికి మీరు ఏదైనా నేర్చుకోవచ్చు. ఒక పాటవం, ఒక ప్రావీణ్యం లోపించినంత మాత్రాన మీరు వెనక్కు తగ్గనవసరం లేదు. ఇప్పుడు ఆ లోపించిన పాటవం నేర్చుకోవటానికి నడుం కట్టండి. అది సాధించటానికి కృత నిశ్చయులు అవండి. ఆ తర్వాత ఆ పాటవంలో మీరు ప్రవీణులు అయ్యేవరకూ శ్రమించండి.

ఆశ్చర్యపడకండి

జీవితంలో సమస్యలు, కష్టాలు సర్వసామాన్యం, సహజం. వాటిని ఎవరూ ఎట్టి పరిస్థితులలోనూ తప్పించుకోలేరు. మనం సఫలత, ఆనందం, జీవితంలో

సమతుల్యత వెంటాడుతూ పోతున్నపుడు ఈ విషయం గుర్తించటం అత్యవసరం. మన పరిణతికి అదే గుర్తు. మీరు బృహత్ ప్రయత్నంలో పెద్దలక్ష్యాన్ని, గమ్యాన్ని వెంటాడుతుంటే నిత్యమూ అనుకోని అల్లకల్లోలం, ఎదురుగాలులు ఎదురవుతాయి. మీరు ఉన్నతస్థాయికి ఎదగాలని ప్రయత్నిస్తూఉంటే, ఈ విషయం గుర్తించి, అందుకు సిద్ధంగా ఉండటం అవసరం. ప్రశాంతంగా, స్పష్టతతో సంపూర్ణ ఆత్మవిశ్వాసంతో ఈ అవాంతరాలను దాటటమే ఇక్కడ మీరు నేర్చుకోవలసింది.

విపత్కర పరిస్థితులలో ప్రశాంతంగా ఉండగలిగితే, మీరు సమయోచిత, ప్రభావశీల ఆలోచనాపరులవుతారు.. అవసరమైనపుడల్లా ఓర్పు వహించటం అభ్యాసం చేస్తే, మీరు సహనశీలి అవుతారు. మీ ఉద్యోగ జీవితంలో, వ్యక్తిగత జీవితంలో ఎదురయ్యే తుఫానులు సమర్థతతో ఎదుర్కుంటే మీ అదృష్టానికి మీరు అద్భుతమైన పైలట్ కాగలరు.

అధ్యాయం ఏడు

మార్గం సరిదిద్దుతూ కొనసాగండి

మన వ్యవహారాలలో ఎప్పుడో ఒకప్పుడు ఒక సంక్షోభంఎదురవుతుంది.
దానితో ఎలా వ్యవహరిస్తాము అన్నది
భవిష్యత్తులో మన ఆనందానికి, సఫలతకు మూలమవుతుంది.
ఆదినుంచీ ప్రతిఒక్క జీవికీ ఈ విషమ పరిస్థితి ఎదురయింది.
– రాబర్ట్ కొలియర్

జీవితంలో, వ్యాపారంలో సమస్యలు, కష్టాలు, ఎదురుదెబ్బలు సాధారణం, సహజం. అవి జీవితంలో ఒక భాగం. తప్పించుకోవటానికి అలవికాదు. మీరు ఒక కొత్తలక్ష్యం ఏర్పరుచుకున్నపుడు, కొత్తగమ్యానికి బయలుదేరినపుడు మీరు అంతకు మునుపు ఊహించని, ఆశించని సవాళ్లు, కష్టాలు ఎదురవుతాయి. అనివార్యము, అపరిహార్యము అయిన సంక్షోభమే వ్యక్తిత్వానికి అసలైన పరీక్ష. సమస్యలు పరిష్కరించే సమర్థత ముఖ్యమే. కాని, మీ జయాపజయాలు జీవితంలో ఎదురయ్యే సంక్షోభాన్ని సమర్థించే శక్తిమీద ఆధారపడి ఉంటాయి.

ఈనాడు సగటుమనిషి రెండు మూడు నెలలకొకసారి సంక్షోభం ఎదుర్కొంటారని అంచనా. ఇది వ్యాపారంలో సంక్షోభం కావచ్చు, ఆర్థిక సంక్షోభం, కుటుంబ సంక్షోభం, శరీర సంక్షోభం, లేదా వ్యక్తిగత సంక్షోభం కావచ్చు. అంటే ప్రతి ఒక్క వ్యక్తీ– ఇందులో మీరు కూడా ఉన్నారు – ప్రస్తుతం

సంక్షోభంలో ఉన్నారు, ఒక సంక్షోభంలోనుంచి బయట పడ్డారు, లేదా ఒక సంక్షోభంలో పడబోతున్నారు.

సంక్షోభాలు వాటి పేరుకు తగినట్టుగా, పిలవకుండానే వస్తాయి. ఆశించని క్షణంలో అవి ఎక్కడినుంచో ఊడి పడుతాయి. ఆ సంక్షోభం ఎప్పుడు వస్తుందో మీరు చెప్పలేరు, ఊహించలేరు. అది జరిగినపుడు మీరు చెయ్యగలిగినదల్లా దానిని తగినవిధంగా సమాధానపరచటమే.

నాయకత్వ లక్షణాలు

శ్టాన్ ఫర్డ్ యూనివర్సిటీలో ఒక బహుముఖ అధ్యయనం జరిగింది. పరిశోధకులు వందలకొద్దీ ఫార్చ్యూన్ 1000 సంస్థలలో ప్రెసిడెంట్లు, ఛీఫ్ ఎక్జిక్యూటివ్ఆ ఫీసర్లు, ప్రతి వ్యాపారంలో, ప్రతిపరిశ్రమలో ఘనవిజయాలు సాధించిన నిర్వాహకుల సాంవత్సరిక సమర్ధత సమీక్షలు పరిశీలించారు. ఉద్యోగంలో చేరినప్పటినుంచీ ఆ ఉద్యోగులను గురించి ఏమివ్రాసి ఉన్నదో ఆ పరిశోధకులు పరిశీలించారు. ఆ ఉన్నత అధికారులందరిలోను సామాన్యంగా కనిపించే లక్షణాలు కనుక్కోవటమే ఆ పరిశోధన లక్ష్యం.

ఉన్నతపదవులలో ఉన్న నిర్వాహకులందరిలోను రెండు ముఖ్యమైన లక్షణాలు ఉన్నాయని ఆ అధ్యయనంలో తెలిసింది. ఒక బృందంలో సభ్యులుగా సమర్ధవంతంగా మెలగటం మొదటిది. ఉద్యోగం ఆరంభదశలో బృందంలో అందరితో కలిసి మెలిసి పనిచేసేవారు. ఆ బృందం నిర్వహించే కార్యక్రమంలో తమవాటా పని ప్రతిభావంతంగా నిర్వర్తించి చక్కగా పని చేసేవారు. బృందంలో అందరికీ చేదోడు వాదోడుగా మెలిగేవారు. ఉన్నత పదవులకు ప్రమోట్ అయినపుడు నేర్పరులయిన పనివారిని చేరదీసి, అందరిచేత పనిచేయించి ముఖ్యమైన లక్ష్యాలు సాధించి సంస్థకు ఫలితాలు సాధించటానికి తోడ్పడ్డారు.

ప్రముఖ నాయకత్వ లక్షణం

రెండవది, అన్నిటికంటే ప్రముఖమైన లక్షణం, సంక్షోభ సమయంలో నిలకడగా పనిచేయగల సమర్ధత. సంక్షోభాలు వస్తూనే ఉంటాయి. ఆ సంక్షోభాలు సమర్ధతతో చక్కదిద్దటం వారి ప్రత్యేకత. ప్రతి రంగంలోనూ ఉన్నత పదవులు అలంకరించినవారు ఈ సమర్ధత వారి ఉద్యోగపర్వం అంతటా ప్రదర్శించుతారు.

పరిశోధకులు మరొక విషయం కూడా కనిపెట్టారు. ఒక బృందంగా ఎలా పనిచెయ్యాలో సెమినార్లు, వర్క్ షాప్ లలో శిక్షణ ఇవ్వవచ్చు. కాని, సంక్షోభసమయంలో ఎలా పనిచెయ్యాలో, ఎలా నిర్వహించాలో ఎక్కడా చెప్పరు. సంక్షోభం ఎదురైనపుడు ఏమిచెయ్యాలో, ఎలా నెట్టుకురావాలో నాయకులు వర్క్ షాప్ లలో, సెమినార్లలో నేర్చుకోలేదు. ఊహాసంక్షోభ పరిస్థితి సృష్టించి అందులో పాత్రధారణచేసి నేర్చుకోలేదు.

సంక్షోభం కలిగినపుడు వ్యవహరించే సమర్థత నేర్చుకోవటానికీ, ప్రదర్శించటానికీ, అసలైన సంక్షోభం కలిగినపుడే వీలవుతుంది. ఈ సంక్షోభం ఎప్పుడు వస్తుందో చెప్పటం అసాధ్యం. అది వచ్చినపుడు మాత్రం భారీనష్టం కలగవచ్చు. అటువంటి సమయాలలో సమస్య పరిష్కరించి, పరిస్థితి చక్కదిద్దగలిగినవారే అసలైన నాయకులు.

జీవితం పరీక్షామయం

జీవితంలో ముందుకుసాగి ఎదగాలంటే, సమస్యలు తెచ్చిపెట్టే పరీక్షలు పాస్ కావాలి. దైనందిన జీవితంలో మీకు ఎదురయ్యే సమస్యలు మీ సమర్థతకు, పరిణతికి అసలైన పరీక్షలు. అప్పటివరకూ మీరు పెంపొందించుకున్న ధైర్యము, వివేకము, దూరదృష్టులకు అవి కొలమానాలు, సూచికలు.

ఎపిక్టేటస్ చెప్పినట్లు,"మనిషిని పరిస్థితులు రూపుదిద్దవు. ఆ వ్యక్తి ఎటువంటివారో వారికే చూపుతాయి. అంతే." వారికేకాదు, ఇతరులకుకూడా చూపుతాయి.

నాయకులుగా మీరు ఒక సంక్షోభం ఎదుర్కొన్నపుడు, మీరు ఎలాస్పందిస్తారో అందరూ గమనిస్తూ ఉంటారు. ప్రతిఒక్కరూ కొలతలువేసి తీర్మానిస్తారు. వారి దృష్టిలో మీరు ఎదగవచ్చు, కిందికి జారిపోవచ్చు. జీవితంలో సంక్షోభం ఒక విషమ పరీక్ష.

సంక్షోభం – నాయకులు

గత సంవత్సరాలలో నేను పెద్ద పెద్ద సంస్థల అధ్యక్షులు, ఛీఫ్ ఎక్జిక్యూటివ్ ఆఫీసర్లతో పనిచేశాను. మిలియనీర్లు, మల్టి మిలియనీర్లు, ఇంకా

బిలియనీర్లకుకూడా శిక్షణ, సలహాలు ఇచ్చాను, వారితో సమాలోచనలు చేశాను. వారిని వ్యక్తిత్వాలను దుర్భిణిలో పరిశీలించాను.

వారందరూ ఒక విశిష్టలక్షణం ప్రదర్శించారు. ఒక విపరీతం, లేదా ఆటంకం ఎదురైనపుడు వారు నిండుకుండలా తొణకకుండా ప్రశాంతంగా ఉన్నారు. ఏదైనా సమస్య, సంక్షోభము ఎదురైనపుడు ప్రశాంతంగా ఉండి, పరిస్థితి అదుపులోకి తీసుకురావటానికి వారి మనసులలో ఏదో స్విచ్ ఆన్ చేసినట్లు అనిపిస్తుంది. తక్షణం వారి భావావేశాలు శాంతించాయి, పరిస్థితి అదుపులోకి తీసుకు వచ్చారు.

సంస్థలలోనూ, వాణిజ్యంలోను ఉన్నతపదవులలో ఉన్నవారిని చాలామందిని కలిశాను. వారు కోపగించటం కాని, చిరాకుపడటం కాని నేను ఎప్పుడూ చూడలేదు. వారు ఉద్రేకపడరు, చిరాకు పడరు. వాస్తవానికి వారు దీనికి వ్యతిరేకం. వారు నిదానించి ఆ సమయంలో ఇంకా వినయంగా, సాదరంగా ప్రవర్తిచేవారు. “ప్లీజ్”, “థాంక్ యు” అనటం వారికి సహజం. స్పందించి ప్రతిక్రియకు సిద్ధం కావటానికి మునుపు వారు ప్రశ్నలు అడిగి అవసరమైన సమాచారం సేకరిస్తారు.

వాస్తవం తెలుసుకోండి

IT&T ఒక 150 సంస్థల సమాహారం. హెరాల్డ్ జేనీన్ ఆ సమాహారానికి మాజీ అధ్యక్షులు. వ్యాపార సమస్యలు తలెత్తినపుడు అక్కడి వాస్తవాలు తెలుసుకోవటం అత్యంత ముఖ్యమైనపని అంటారు ఆయన. ఆయన “అసలు వాస్తవాలు తలుసుకోండి. అనుకున్న వాస్తవాలు, కనపడే వాస్తవాలు, తేటతెల్లమైన వాస్తవాలు, ఆశించిన వాస్తవాలు కాదు.అసలుసిసలు వాస్తవాలు బయటపడేవరకూ శోధిస్తూనే ఉండండి. వాస్తవాలు బొంకవు.” అంటారు.

జనరల్ ఎలక్ట్రిక్ మాజీ CEO జాక్ వెల్ష్ దగ్గరికి ఒక సమస్య వెళ్లినపుడల్లా, ఆయన “అసలు విషయం ఏమిటి?” అని అడిగేవారు. ఏది ఏమైనాసరే ఆ విషయంలో నిజం బయటపడేవరకూ ఆయన వదిలేవారు కారు.

ఒక సమస్యలేదా సంక్షోభం విషయంలో ఎంత వివరమైన సమాచారం (అధిక సంఖ్యలో వాస్తవాలు) లభిస్తే, సరైన పరిష్కారం, తక్షణచర్య అంత

స్పష్టంగా దర్శనమిస్తుందని ఈ పెద్దలు అనుభవపూర్వకంగా తెలుసుకున్నారు. సమస్య ఎంతలోతుగా పరిశీలిస్తే పరిష్కారం అంతసూటిగా దర్శనమిస్తుంది.

అత్యంత ముఖ్యమైన పని

మీరు చేసే పనులలో అన్నిటికంటే ముఖ్యమైనపని ఏమిటి? "ఆలోచన." దానికి జవాబు. మీ జీవన మార్గము, నాణ్యత స్పష్టంగా ఆలోచించగల మీ సమర్థతమీద, మీ నిర్ణయాలమీద ఆధారపడి ఉంటాయి. బాగా ఆలోచించగలిగినవారు మేలైన నిర్ణయాలు చేస్తారు. వారు మేలైన చర్యలు చేపట్టి, మెరుగైన ఫలితారు సాధిస్తారు. పరిస్థితిని గురించి సవిస్తరంగా ఆలోచించనివారి నిర్ధారణలు, నిర్ణయాలు లోపభూయిష్టంగా తేలుతాయి. ఏతావాతా వారి చర్యలు వక్రిస్తాయి. సాధించటం మాట అటుంచి, వారికి పునఃపునః పరాజయమే దర్శన మిస్తుంది.

ప్రశాంతంగా, స్పష్టంగా ఆలోచించగల సామర్థ్యం. మీ జీవితంలో, ఉద్యోగంలో అత్యంతవిలువైన పాటవం ఇదే. అనూహ్యమైన పరిస్థితి ఎదురైనపుడు మీరు సచేతనంగా ఒక తటస్థత, నిర్లిప్తత వహించాలి. నిష్పాక్షికంగా ఉండాలి. ఈ సమస్య, సంక్షోభం విశ్లేషించి సలహా ఇవ్వటానికి బయటినుంచి మిమ్మల్ని సలహాదారుగా తీసుకు వచ్చారనుకోండి. పరిస్థితి పరిశీలించేటపుడు మీరు దానిని దూరంగా పట్టుకుని పరిశీలిస్తారు. సమాచారం సేకరించేటపుడు మీరు నిర్లిప్తంగా, తటస్థంగా ఉంటారు. సమస్యను గురించిన సమాచారం అంతా పూర్తిగా తెలిసిందనుకున్న తర్వాత మీ నిర్ణయాలు, సలహాలు తెలియజేస్తారు.

దూరాలోచన

సంక్షోభం కలుగవచ్చునని ఆశించటం అత్యవసర ఆలోచనా పాటవాలలో ఒకటి. ఈ పాటవం అభ్యాసం చెయ్యటానికి జీవనమార్గంలో భవిష్యత్తులోకి చూడండి. దారితప్పి, గోతిలో పడగల విషయాలు ఏమిటి? నా పథకాలు పట్టాలు తప్పించి, నా లక్ష్యసాధనలో అడ్డుపడే అవాంతరాలు ఏమిటి?

జరుగవచ్చునని తోచే సమస్యలు, సంక్షోభాలు ఒక జాబితా వ్రాయండి. 3 శాతం నిబంధన ప్రయోగించండి. ఒక సీరియస్ సమస్య ఎదురయ్యే

అవకాశం 3 శాతమే కావచ్చు. అదికూడా మీ జాబితాలో చేర్చండి. ఒకవేళ అది జరిగితే ఏమవుతుంది? దానిని మీరు ఎలా పరిష్కరించ బోతున్నారో ఆలోచించండి.

రాయల్ డచ్ షెల్ ప్రపంచంలోని అతి పెద్ద ఆయిల్ సంస్థలలో ఒకటి. జరుగుతుంది అనుకున్న దృశ్యం వివరించి దానికి తగిన పథకం రచించటంలో వారు ప్రసిద్ధులు. వారికి ఆయిల్, గ్యాస్ ఫీల్డ్స్, పంపింగ్ స్టేషన్లు, పైప్ లైన్లు, ఓడలు, రిఫైనరీలు, గ్యాస్ స్టేషన్లు ప్రపంచవ్యాప్తంగా విస్తరించి ఉన్నాయి. ఒకవేళ అనుకోని ఆపరిస్థితి ఎదురైతే, పరిష్కారానికి వారు ఆరువందల దృశ్యవివరణలు సిద్ధంచేసి ఉంచారు.

కనుక, కఝకస్తాన్ లో పైప్ లైన్ పగిలినా, నైజీరియాలో సివిల్ వార్ తలెత్తినా, అలాస్కాలో ఆయిల్ ఒలికి పోయినా, ఆ పరిస్థితి పరిష్కరించటానికి రాయల్ డచ్ షెల్ లిఖిత పథకంతో సిద్ధంగా ఉన్నారు. సరఫరా దెబ్బ తినకుండా ఉండటానికి శీఘ్రంగా, దక్షతతో ఆయిల్, గ్యాస్ సరఫరా చెయ్యటానికి, నష్టాలు, ఖర్చులు అదుపు చెయ్యటానికి సంస్థ శీఘ్రంగా స్పందించటానికి సదా సంసిద్ధంగా ఉంటుంది.

అదేవిధంగా మీ పథకాలు చెడగొట్టటానికీ, మీ లక్ష్యాలకు అడ్డుపడటానికీ ఏమేమి జరుగవచ్చునో మీరు ముందుగా ఊహించి ఉండాలి. అప్పుడు వర్తమానంలోకి వచ్చి, ఆ పరిస్థితి ఇప్పుడు ఎదురయితే, నేను వెంటనే ఏమి చెయ్యాలి అని ప్రశ్నించుకోండి.

జయానికి కీలకం

యుద్ధంలో ఏమి జరుగవచ్చునో ఊహించటంలో నెపోలియన్ బోనపార్ట్ సుప్రసిద్ధులు. యుద్ధానికి పూర్వమే రణరంగం పరిశీలించటానికి ఆయన తన సేనాపతులతో కలిసి వెళ్ళేవారు. ఆయన యుద్ధభూమి జాగ్రత్తగా పరిశీలించి తన శతఘ్నిదళం, పదాతిదళం, ఆశ్వికదళం ఎక్కడెక్కడ నియోగించాలో నిర్ణయించేవారు. అప్పుడు సాధ్యమయినపుడల్లా ఆయన తన శత్రువును, తను కోరుకున్న ప్రదేశానికి వచ్చేట్లు ఆకర్షించేవారు.

నెపోలియన్ ను వాటర్లూ యుద్ధంలో ఓడిపోయిన సేనాపతిగా చెప్పుకుంటాం. ఆయన 1813 లో జర్మనీలో లీప్ జిగ్ యుద్ధం ఓడిపోయారు.

1812లో రష్యాను ఆక్రమించటంలో విఫలులయ్యారు. కాని 1793 కి 1815 కి మధ్య ఆయన వందలకొద్దీ యుద్ధాలలో ఫ్రెంచ్ సైన్యాలు నడిపి, అదీ తమకంటే మేలైన సేనల మీద దాదాపు ప్రతిసారీ విజయం సాధించారు.

సంక్షోభం ఎక్కడ జరుగగలదో ఊహించే సామర్ధ్యం, ఏ యుద్ధంలోనైనా జరుగగల అత్యంత ప్రమాదకర ఘటనలు ఊహించగలశక్తి, ప్రత్యర్థి సేనాపతిమీద ఆయనకు ఎనలేని వాడిమి సంపాదించి పెట్టాయి. ఏది ఏమైనా సరే, కాల్పుల సమయానికి ఆయన సంసిద్ధులుగా ఉండేవారు. యుద్ధం జరుగుతూ ఉండగా ఊహించని శత్రుసైన్య చర్యలకు ఆయన ప్రతిఘటనతో సిద్ధంగాఉండి ఆజ్ఞలు జారీచేసేవారు. సమయానుకూలంగా ముందుకు చొచ్చుకు పోవటం, లేదా తెలివిగా ఒక అడుగు వెనక్కు వెయ్యటం ఆయనకు వెన్నతో పెట్టిన విద్య. సాధ్యాసాధ్యాలు అన్నీ ఆయన ముందుగానే ఆలోచించి ఉంచేవారు.

రానున్న సమస్యలకూ, సవాళ్ళకు, సంక్షోభాలకూ మీరు ఎంత ముందు ఆలోచనచేస్తే, అవి నిజంగా ఎదురయినపుడు, మీరు అంత ప్రశాంతంగా, నిబ్బరంగా ఉంటారు. వసంత ఋతువు తర్వాత గ్రీష్మం వచ్చినట్లు మీ జీవితం అంతా చిన్నా, పెద్ద సమస్యల, సంక్షోభాల తోరణం.

సరయిన దారికి రండి

ఇప్పుడు విజయరహస్యానికి ముఖ్యభాగం చేరుకున్నాం. విమానం నూటికి 99 పాళ్ళు తప్పుదోవన ఉంటుందని ఇంతక్రితం చెప్పాను. ఒకచోటినుంచి మరొకచోటికివెళ్ళే ఉడానంలో విమానం గమ్యంచేరాలంటే, దానిని నిరంతరం సరయిన దారిలోకి తీసుకువస్తూ ఉండాలి.

జీవితంలోకూడా మీరు నిరంతరమూ తప్పుతోవ నుంచి సరయిన దారికి వస్తూఉండాలి. అనూహ్యమైన ఘటనలు, పరిస్థితులతో వ్యవహరించటానికి ప్రతిరోజూ, ప్రతిఘంటా చిన్నవీ పెద్దవీ మార్పులు చేస్తూఉండాలి. ఈ సవరణలు మీరు ఎంతశీఘ్రంగా ఎంతప్రతిభావంతంగా చేస్తే, అంత నిశ్చయంగా మీ విజయం సాధ్యమవుతుంది.

భోగక్షేత్రం లాలస

పరాజయభయంతో చాలమంది, అది వారిమంచికైనాసరే, మార్పును నిరసిస్తారు. “ఏదైనా ఒక వస్తువు చలనంలో ఉంటే, బాహ్యశక్తులేవీ అడ్డుపడకపోతే, అది ఆ చలనంలో కొనసాగుతూనే ఉంటుంది.” అంటుంది జడత్వన్యాయం. అదేవిధంగా జనం రోజులతరబడి, సంవత్సరాల తరబడి చేసినవే చేస్తూఉంటారు. అలా వారికి తోచిన విధంగా అదేపని చేస్తూఉంటే వారికి సుఖంగా ఉంటుంది. అంతకు మించిన కారణం మరేమీలేదు.

“నిర్వాహణాధికారుల అధికార భవనంలో తాగుబోతు తనము, పనిబోతు తనము సమస్యలు కావు. అక్కడ అహంభావమే సమస్య.” అంటారు హెరాల్డ్ జనీన్.

తప్పుచేసి పట్టుబడటానికి ఎవరికీ ఇష్టం ఉండదు. ఒకవేళ వారు తప్పుచేశారని స్పష్టంగా తెలుస్తూనేఉన్నా, ఆ విషయం వారు ఒప్పుకోరు. తప్పు ఒప్పుకోవటమంటే వీరికి అసహ్యం. తప్పు ఒప్పుకోకుండా తప్పించుకోవటానికి వారు ఎన్ని సర్కస్ లైనా చేస్తారు. తప్పుచేస్తూ పట్టుబడితే, వారు దానిని పట్టించుకోరు. నిరాకరిస్తారు. మరొకరి నెత్తిన రుద్దాలని చూస్తారు. తమ తప్పులు దిద్దుకోవటానికి నిరాకరిస్తారు.

మార్పు ఒక్కటే నిత్యం

ప్రస్తుతంకాలంవేగంగామారుతున్నది.అమెరికన్మేనేజ్ మెంట్ ఎసోసియేషన్ అంచనాల ప్రకారం 7 శాతం సమయం మీరు తప్పుదారిన ఉండబోతున్నారు. సమాచారం మారిపోతుంది. సాంకేతికత పురోగమిస్తుంది. మీ పోటీదారులు మీ ఊహకందనిది ఏదో చేస్తారు. మీ అధీనంలోలేని పరిస్థితులు, సంఘటనలు మీ పథకాలను, ఉద్దేశాలను ఎందుకూ కొరగాకుండా చేస్తాయి.

రోజులూ, వారాలూ శ్రమించి మీరు ఒక శుక్రవారం సాయంత్రం క్రియాత్మకమైన ఒక పథకం తయారు చెయ్యవచ్చు. కాని సోమవారం ఉదయం విపణివీధిలో ఏమైనా జరుగవచ్చు. ఆ సంఘటన 9/11 అంత పెద్దదీ కావచ్చు, లేదా మీ పోటీదారు ధరతగ్గించటం అంత చిన్నదీ కావచ్చు. దానితో మీ పథకమంతా తలకిందులవుతుంది.

కనుకనే గమ్యానికి పయనించే విమానంలో ఈ తుఫానులు, ఒడుదుడుకులు, ఈదురుగాలులు, ఉరుములు, మెరుపులు తట్టుకోవాలంటే మీకు మిట్టపల్లాలు తట్టుకొని నిలబడే సత్తా అత్యవసరమైన లక్షణం. మీకు అందే సమాచారాన్నిబట్టి మీరు తప్పులు దిద్దుకోవటానికి సిద్ధంగా ఉండాలి. ఎవరు ఒప్పు అనేదానికంటే, ఏది ఒప్పు అన్న విషయం మీరు గ్రహించాలి.

తప్పులు ఒప్పుకొని, దారిమార్చుకోవటం బలహీనత అని, అసమర్థత అనీ కొందరి అభిప్రాయం. ఇది త్వరత్వరగా మార్పులు జరిగే యుగం. మీరు పరిపూర్ణులు కారనీ, కొత్తగా వచ్చిన సమాచారం ప్రకారం మార్పు అవసరమనీ గుర్తించటం మీ ధైర్యానికీ, వ్యక్తిత్వానికీ, గీటురాయి. తప్పులు కప్పిపుచ్చుకోవటానికి ప్రయత్నించేది బలహీనులే. దృఢ చిత్తులు తమ తప్పులు ఒప్పుకొని, తక్షణం తమబాట మార్చుకుంటారు.

అన్యధా ఆలోచనలు తుడిచివేసి మనసు స్వచ్ఛంగా ఉంచుకోండి. ఇప్పుడు వచ్చిన సమాచారం ప్రకారం నేను ఈపని చెయ్యకపోతే, నాకు ఇంతకుపూర్వం తెలిసిన సమాచారం ప్రకారం నేను మళ్ళీ అదేపని మొదలు పెడుతానా?

మీ సమాధానం 'కాదు' అయితే, అవసరమైన మార్పులుచేసి, తిరిగి మీ గమ్యానికి తీసుకువెళ్ళే మార్గంలోకి రండి. ఈ నియమం గుర్తు ఉంచుకోండి: మీ లక్ష్యం స్పష్టంగా తెలిసి ఉండండి. దానిని సాధించేమార్గం అనుసరించటంలో పట్టువిడుపులు కలిగి ఉండండి.

మీ మనసు అదుపు చెయ్యండి

మీకు తప్పించుకో శక్యంకాని సంక్షోభం ఎదురయింది. అప్పుడు మీ మనసును, పరిస్థితిని అదుపు చెయ్యటానికి అప్పుడు ఈ ముఖ్యమైన ప్రశ్నలు వేసుకోండి, మీకూ, ఎదుటివారికి కూడా.

1. మనం ఏమి చెయ్యాలను కుంటున్నాం?
2. అది మనం ఎలా చెయ్యబోతున్నాం?
3. ఇంతకంటే మంచి మార్గం వేరే ఏదైనా ఉన్నదా?
4. ఈ విషయంలో మన భావనలు, కల్పనలు ఏమిటి?

5. మన భావనలు/కల్పనలు తప్పు అయితే?
6. ఈ ప్రశ్నలకు సమాధానాల ననుసరించి మనం తీసుకోవలసిన తక్షణ చర్యలు ఏమిటి?
7. మన మొట్టమొదటి చర్య ఏమిటి?

వాస్తవాలను సమస్యలనుంచి విడదీయండి. వాస్తవం అన్నది నిర్ణయం అయిపోయింది. దానిని మీరు మార్చలేరు. అది గతంలో జరిగిన సంఘటన వంటిది. దానిని మీరు మార్చలేరు కదా. ప్రస్తుత వాస్తవం, వాతావరణం అనుకోండి, దానిని మీరు మార్చలేరు కదా!

సమస్య అన్నది అలా కాక, పరిష్కారానికి లొంగుతుంది. ఆవిషయంలో మనం ఏదో ఒకటి చెయ్యవచ్చు. బుద్ధి ప్రయోగించి ఏదో ఒక పరిష్కారం కనుక్కోవచ్చు.

ఇక్కడ నియమం సరళం: మీరు మార్చలేని దానిని గురించి చిరాకుపడి, కోపగించకండి. మీ శక్తి సామర్థ్యాలు, సమయం మీరు ఏదోవిధంగా ప్రయోగించగల విషయాలమీద ఏకాగ్రం చెయ్యండి. “అనివార్యం అయినదానిని భరించక తప్పదు.” అన్న నానుడి గుర్తు చేసుకోండి.

పట్టు విడుపులు

మనసు సాఫీగా ఉంచుకొని, పరిస్థితులు సంభాళించే సామర్థ్యం పెంచుకోవాలంటే, మీరు క్రమశః మూడు ప్రతిపాదనలు చెయ్యవచ్చు. కష్టాలు, సమస్యలు ఎదురైనపుడు మీరు ప్రతిపాదనలుచేసే అలవాటు చేసుకుంటే, మీ గమ్యం చేరుకోవటానికి అవసరమైన దిద్దుబాట్లు సులువుగా చెయ్యగలుగుతారు.

1. మీరు ఒక నిర్ణయం చేశారు. ప్రస్తుత పరిస్థితులు, ప్రస్తుత సమాచారము ఆ నిర్ణయం తప్పు అంటున్నాయి. “తప్పు నాదే,” అనటానికి భయపడకండి. తప్పుచేశారని ఒప్పుకున్న తర్వాత, ఆ పరిస్థితి మూతపడింది. మిమ్మల్ని మీరు కాపాడుకుంటూ, చేసిన తప్పుకు కారణాలు వెతుకుతూ, అలా ఎందుకు జరిగిందో సమర్థిస్తూ మీరు ఒక్క

నిమిషం కూడా వృధా చేయనక్కరలేదు. సీదా సాదాగా "నేను పొరపాటు చేశాను." అనండి, ఆ తర్వాత ఇప్పుడు చేతికందిన సమాచారం ప్రకారం ఏమేమి సర్దుబాట్లు చెయ్యాలో ఆలోచించండి.

2. మీరు చేయగలిగిన మరొక ప్రతిపాదన "నేను తప్పు చేశాను."

మీ నిర్ణయాలలో 70 శాతం తప్పు అవుతాయి. అంటే మీజీవితం అంతా చిన్నాపెద్దా తప్పుల తోరణం అన్నమాట. మీరు పరిపూర్ణులు కారనీ, ఆ సమయంలో చేతనున్న సమాచారాన్నిబట్టి మీరు చేసిన నిర్ణయం తప్పు అయిందనీ, పొరపాటు మీదేననీ మీరు ప్రశాంతంగా, విశ్వాస పూర్వకంగా ఒప్పుకుంటే, కథ అక్కడితో ముగుస్తుంది. తిరిగి దారిలోకి రావటానికి ఏమి చెయ్యవచ్చునన్నది ప్రతి ఒక్కరూ పరిష్కారం మీద ఏకాగ్రం చెయ్యవచ్చు.

3. మీరు చెయ్యగలిగిన మూడవ ప్రతిపాదన: "నేను నా మనసు మార్చుకున్నాను."

జీవితమంతా, ఆ క్షణంలో కలిగిన మీ ఆలోచనలు, అనుభూతుల ఆధారంగా నిర్ణయాలు చేస్తారు. కాని కొన్ని గంటలు లేదా కొన్నిరోజుల తర్వాత పరిస్థితులు మారవచ్చు. ప్రస్తుత పరిస్థితులనుబట్టి ఇంతకు మునుపు మీరు తీసుకున్న నిర్ణయం మంచిదికాదని మీరు గ్రహిస్తారు. మీ మనసు మార్చుకున్నారని చెప్పగల శక్తి ఉంటే మీరు పురోగమిస్తారు.

ఎన్నిక స్వాతంత్ర్యం

నా తల్లిదండ్రుల ఆలోచనలు ఒక మూసలో పోసినట్టు కఠినంగా ఉండేవి. ఒకసారి ఒక నిర్ణయం తీసుకున్న తర్వాత అందులో మార్పు ఉండేది కాదు. అందువల్ల నా బాల్యం అంతా నిరాశామయంగా ఉండేది. వారి అహంభావాల కారణంగా తప్పు వారిదైనా ఏనాడూ ఒప్పుకునేవారు కాదు.

నా పిల్లలను పెంచేటపుడు నేను ఈ పరిస్థితి తిరగతిప్పాలని నిశ్చయించాను. చిన్నతనంలోనే వారికి "మీరు ఎప్పుడైనా సరే మీ మనసు మార్చుకోవచ్చు." అని చెప్పాను. వాళ్ళు ఎప్పుడైనా ఏదైనా చెప్పినా చేసినా, అందులో ఇరుక్కుపోయి, భవిష్యత్తులో దానికి కట్టుబడి ఉండాలని వారు బాధపడకూడదు.

మా కూతురు క్రిస్టినా ఇప్పుడు పెద్దదయింది, ఆమెకు పెళ్లి కూడా అయింది. “మీరు ఎప్పుడైనాసరే మీ మనసు మార్చుకోవచ్చు.” నన్న సలహా తనకు అమితమైన స్వేచ్ఛనిచ్చిన భావన అని పదేపదే చెబుతూ ఉంటుంది. ఆమె ఆ భావన అందరికీ బోధిస్తూ ఉంటుంది. మీరు కూడా అభ్యాసం చెయ్యవచ్చు.

జీవితమంతా దారి సరిచేసుకుంటూ పోతూ ఉంటే మీకు సాధ్యమైనదంతా సాధిస్తూ పోవచ్చు. ఎప్పుడైనాసరే మీరు మీ మనసు మార్చుకోవచ్చు.

అధ్యాయం ఎనిమిది

మీ శిక్షణ, ప్రగతి వేగతరం చెయ్యండి

ఎవరైనా సరే హృదయంతోనే సక్రమంగా చూడగలరు.
అత్యవసరమైనది కంటికి కనబడదు.
– యాన్త్వాన్ ది సెయింట్ ఎక్సూపరీ

అత్యంత విలువైన మీ స్థిరాస్తి ఏమిటి ? అవి మీ ఇల్లు, పెట్టుబడులు, బ్యాంక్ ఎకౌంట్ ఏవీ కావంటే ఆశ్చర్యపోతారు. సంపాదించగల సామర్ధ్యమే మీ స్థిరాస్తి. ధనసంపాదనలో మీ సామర్ధ్యమే అత్యంతవిలువైన మీ స్థిరాస్తి. అంతేకాదు అది జీర్ణించిపోయే శక్తి.

మీ ప్రస్తుత సంపాదనా సామర్ధ్యం పెంపొందించటానికి మీ జీవితం అంతా పట్టింది. మీ ప్రస్తుత ఆర్జన సామర్ధ్యం మీ విద్య, పాటవాలు, అనుభవము, పాండిత్యము, నేపథ్యం, వ్యక్తిత్వం, శీలం, దానికితోడు ధైర్యం, క్రమశిక్షణ, పట్టుదల వంటి ఆలోచన, ప్రవర్తనా లక్షణాల సమ్మేళనం. మీ సంపాదనాసామర్ధ్యం సమయోచితంగా ప్రయోగించి మీరు సాలీనా వేలకొద్దీ డాలర్లు సంపాదించవచ్చు.

మీరు మీ ఇల్లు, మీ కారు, మీ సొమ్ము, ఇంకా మిగతా ఆస్తిపాస్తులన్నీ కోల్పోవచ్చు. మీ ఆర్జన సామర్ధ్యం ఉన్నంత కాలం, మీరు మళ్ళీ ఉద్యోగపర్వం అధిష్టించి తిరిగి అన్నీ సాధించవచ్చు.

మీ అగోచర సంపద

మీ ఆర్జన సమర్ధత కంటికి కనబడదు. చేతికి తగలదు. కొలతకు అది అతీతం. ఒకేస్థాయి తెలివితేటలు ఉన్న ఇద్దరు ఒకే స్థాయి మార్కులతో ఒకేకాలేజ్ నుంచి పాసవుతారు. ఇద్దరూ ఒకేసారి ఉద్యోగంలో చేరుతారు. పదేళ్ళ తర్వాత ఆ ఇద్దరిలో ఒకరికి ఒకటితర్వాత ఒకటిగా ప్రమోషన్లు వచ్చాయి. రెండవ వ్యక్తికంటే ఐదు, పదిరెట్లు ఆదాయం సంపాదిస్తున్నారు. ఇలా ఎందుకు జరుగుతుంది?

దీనికి సమాధానం చాలా సరళం. మీ ఆర్జన సమర్ధత పెరిగే ఆస్తి లేదా తరిగే ఆస్తి. కాలక్రమాన దానివిలువ పెరగవచ్చు, తరగవచ్చు. ఇది మీ చేతిలోఉన్న పని.

పెరిగే ఆస్తికి కాలక్రమాన విలువ పెరుగుతుంది. జీవితాంతము నేర్చుకుంటూ ఉండటానికి మీరు అంకితమైతే, మీరు ఎక్కడున్నాసరే మీ పాండిత్యము, పాటవాలు నిరంతరమూ పెంపొందించుకుంటూ ఉంటే, మీ సంపాదన శక్తి ఇనుమడిస్తూ ఉంటుంది. మీ విలువ పెరుగుతూ ఉంటుంది కనుక మీకు జీతాలు ఇంకా ఇంకాఅధికంగా ముట్టుతాయి. కార్యకారణ న్యాయం ప్రకారం మీ సంపాదనశక్తి పెరుగుతున్నకొద్దీ మీ సహాయం, తోడ్పాటు పెరుగుతుంది, తద్వారా ఈ పోటీ ప్రపంచంలో మీ విలువ పెరుగుతూ ఉంటుంది.

అత్యంత విలువైన వివేకం

మన సమాజంలో సామాజిక వివేకం అన్నిటికంటే ముఖ్యమైన వివేకం, దానికే అన్నిటికీ మించిన ఆదాయం లభిస్తుంది అంటారు హార్వర్డ్ యూనివర్సిటీకి చెందిన హోవార్డ్ గార్డ్నర్. ఇక్కడ బేరమాడటంలో, వ్యక్తపరచటంలో. నచ్చచెప్పి ఒప్పించటంలో, మిమ్మల్ని, మీ వస్తువులు, మీ సేవలు అమ్మజూపటంలో మీ సమర్ధత తీవ్రమైన పరీక్షకు గురి అవుతుంది.

జీవితంలో ఏదైనా సాధించాలి అంటే అనేకమంది సహాయ సహకారాలు అవసర మవుతాయి. ఇక్కడ అన్నిటినీ మించి, ఇతరులతో వ్యవహరించటంలో మీ ప్రజ్ఞాపాటవాలు ముఖ్యపాత్ర వహిస్తాయి. ఇతరుల

సహాయ సహకారాలు కావాలంటే వారితో వ్యవహరించే పాటవం అత్యవసరం కదా! మీలో ఆ పాటవం పూర్తిగా వికసించి ఉండకపోవచ్చు.

సంప్రదింపులు జరిపి క్రయవిక్రయాల్లో మంచిధరలు సంపాదించటంలో మీ సమర్థత లోపించవచ్చు. సంశయాత్మకులైన కొనుగోలుదారులు ఉంటారు. వారికి ప్రస్తుతం తాము ఉపయోగిస్తున్న వస్తువులమీద నమ్మకం ఎక్కువ. మీ వస్తువులు, సేవలు అమ్మజూపి వారిని ఒప్పించటంలో మీరు కృతార్థులు కాలేదు. అంటే ఆ సమర్థత మీలో లోపించి ఉండవచ్చు.

మీ యాక్సెలరేటర్

మీ ప్రజ్ఞాపాటవాలు పెంచుకోవటమంటే మీ గమ్యానికి వెళ్ళే దారిలో మీ ఇంజన్లో హైఆక్టేన్ ఇంధనం నింపటం అన్నమాట! మీ సత్తాపెంచుకోవటానికి కొత్త పాటవాలు నేర్చుకోవటమంటే, మీ సంభావ్యశక్తి యాక్సెలరేటర్ మీద అడుగుపెట్టి తొక్కడం వంటిదే. సరళంగా చెబితే, సంపాదన పెరగాలంటే, మీ ప్రజ్ఞాపాటవాలు పెంచండి. బాస్కె బాల్ కోచ్ పాట్ రిలే చెప్పినట్లు, “మీరు మెరుగుపడకపోతే, తరుగు పడుతున్నారన్నమాట!”

దురదృష్ట వశాత్తూ, చాలామందికి వారి సంపాదనాశక్తి స్థిరం, లేదా తరిగిపోయే శక్తి. ద్రవ్యోల్బణం సాలీనా 3 శాతం పెరుగుతూ ఉంటుంది. వారి ఉద్యోగధర్మం నిర్వర్తించటంలో వారిపాత్ర అంతకుమించి పెరగటం లేదు. ఆ కారణంగా చాలామందికి ఒక ‘ఉద్యోగం’ ఉంటుంది. అంతే. అది పొట్ట నింపటానికి చాలదు.

మన సమాజంలో పై 20 శాతంలో ఉన్నవారు తమ సంపాదనాశక్తి, తమపాత్రకు మించిన తోడ్పాటు, తమ సంస్థకు, తమ ఉద్యోగులకు మేలైన ఫలితాలు, మెరుగైన ఉద్యోగజీవనం కల్పించటంలో నిరంతరమూ తమ సమర్థత పెంచుతున్నారు. వారు ఉత్తమమైన పుస్తకాలు చదువుతారు. విద్యాసంబంధమైన CD లు వింటారు, విద్యావిషయకమైన DVD లు చూస్తారు, వారివారి రంగాలలో శిక్షణాకార్యక్రమాలు హాజరవుతారు. తమ భవిష్యత్తు అంతా దానిమీదనే ఆధారపడి ఉన్నదన్నట్లు వారు నిరంతరమూ నేర్చుకుంటూనే ఉంటారు. వాస్తవం అదే గదా!

మీరు నేర్చుకున్న పాఠాలు వ్రాయండి

నా మిత్రులు ఒకరు మూడవ దశకంలో ఉన్నారు. ఆయన మార్కెటింగ్ వ్యాపారం మొదలుపెట్టారు. ఆయన రోజుకు పన్నెండు గంటలు, వారానికి ఏడురోజులు చొప్పున రెండు సంవత్సరాలు పనిచేశారు. కాని వ్యాపారం విఫలమయింది. ఆయన అంతా నష్టపోయారు.

అప్పుడు ఆయన ఒకపని చేశారు. దానితో అయన జీవితమే మారిపోయింది. ఆయన ఒక స్పయిరల్ నోట్ బుక్ తీసుకొని కూర్చున్నారు. ప్రతిపేజీ పైభాగాన ఒక ప్రశ్న చొప్పున వరుసగా ప్రశ్నలు వ్రాశారు.

1. ఈ అనుభవంతో నేను వ్యాపారాన్ని గురించి ఏమేమి పాఠాలు నేర్చుకున్నాను?
2. ఈ వ్యాపారం విఫలం అయినందువల్ల ఖాతాదారులను గురించీ, మార్కెట్ ను గురించీ నేను ఏమి నేర్చుకున్నాను?
3. ఈ అనుభవంలో జనాన్ని గురించీ, ఉద్యోగులను గురించీ నేను ఏమి నేర్చుకున్నాను?
4. నా భాగస్వాములు, సహచరులను గురించి ఏమి నేర్చుకున్నాను?'
5. డబ్బు, బ్యాంకింగ్, ఆర్థిక విషయాలు ఏమి నేర్చుకున్నాను?
6. నన్ను గురించి, నా బలాబలాలను గురించి ఏమి నేర్చుకున్నాను?
7. ఈ అనుభవంలో ఉత్పాదన, సరఫరా, సేవలను గురించి ఏమి నేర్చుకున్నాను?

అప్పుడు ప్రతి ప్రశ్నకూ ఒక పేజీ నిండా – బ్రెయిన్ స్టార్మింగ్ లో లాగా – సమాధానాలు వ్రాశాడు. ఆయన ప్రారంభించిన తర్వాతి వ్యాపారానికి ఈ స్పయిరల్ నోట్ బుక్ ఒక మార్గదర్శి అయి కూర్చున్నది. ఏదైనా సమస్య ఎదురయిన ప్రతిసారీ ఆయన ఈ పుస్తకంలో ఆ విషయానికి సంబంధించిన పేజి పరిశీలించేవాడు. అక్కడ నేర్చుకున్న పాఠాలు ఆయనకు దారి చూపేవి.

ఆయనకు ముప్పయి ఐదు వయసు వచ్చేసరికి ఆయన మిలియనీర్ అయ్యాడు. నలభై నిండేసరికి మల్టి మిలియనీర్ అయ్యాడు. యాభై నిండేసరికి

పాం స్ప్రింగ్స్ గాల్ఫ్ కోర్స్ దగ్గర ఇల్లు కట్టుకొని రిటైర్ అయ్యాడు. ఆయన ప్రస్తుతం అక్కడే నివసిస్తారు.

ప్రావీణ్యత సాధన

వ్యక్తిగత ప్రావీణ్యత కంటికి కనుపించని అగోచరమైన స్థిరాస్తి. ఇది అన్నిటిలోకి అత్యంత ముఖ్యమైన ఆస్తి. వ్యక్తిగతంగా సాధించితీరవలసిన ఆస్తి. మీ వ్యాపారంలో, లేదా పరిశ్రమలో వ్యక్తి గతమైన సమర్థత, ప్రావీణ్యం సాధించాలంటే జీవితమంతా అంకితం చెయ్యాలి. కాని, మీ రంగంలో మీరు ఉత్తమ 10 శాతం వ్యక్తులలో చేరారంటే, దేశంలోనే అత్యధిక ఆదాయం సాధించేవారిలో ఒకరవుతారు. మీ చుట్టూఉన్నవారి మన్ననకు, ఆదరణకు పాత్రులవుతారు. మీ జీవితం మీరు కోరుకున్న విధంగా జీవించగలుగుతారు. ఉన్నతస్థాయిలో ఆత్మాభిమానం, ఆత్మగౌరవం, వ్యక్తిగతంగా గర్వము ఆనందించ గలుగుతారు.

చాలాకాలం క్రితం లాస్ వేగాస్ సెమినార్ లో ఒకవ్యక్తి నా దగ్గరికి వచ్చారు. ఆయన "నాలుగు సంవత్సరాల క్రితం మీరు ఈ సంస్థలో ప్రసంగించారు. మేము స్పష్టమైన లక్ష్యాలు వ్రాసుకొని, మా ప్రావీణ్యాలు సాన పెట్టుకోవటానికి నిరంతరమూ కృషి చేస్తే, మా ఆదాయం రెట్టింపు అవుతుందని చెప్పారు.

"కాని," ఆయన చెప్పసాగారు, "మీరు చెప్పింది సరికాదు. నేను మీ సూచనలు తు చ తప్పకుండా పాటించాను. నన్ను మెరుగుపరుచుకోవటానికి నాలుగు సంవత్సరాలనుంచీ ప్రతిరోజూ కృషి చేస్తున్నాను. కాని నా ఆదాయం రెట్టింపు కాలేదు, నా ఆదాయం పదింతలు పెరిగింది. నేను చేసేపనిలో ప్రావీణ్యత సంపాదించటానికి నన్ను నేను అంకితం చేసుకున్నాను. అంతకు పూర్వం ఆదాయంతో ప్రస్తుతం నా ఆదాయం పోల్చుకుంటే, నేను ఇంత సంపాదించ గలుగుతున్నానని నమ్మలేకుండా ఉన్నాను."

మీ మేధాశక్తులు పెంచండి

ప్రతి ఒక్కరికీ మూడువిధాలైన మేధాశక్తులు ఉంటాయి, లేదా సాధించవచ్చు. వీటిని సాధించటానికి అధ్యయనం, కృషి అవసరం. కాని అ తర్వాత

మేలైన ఆదాయం సంపాదించటంలో అవి జీవితాంతమూ మీకు తోడ్పడుతాయి.

మీరు సాధించవలసిన మొదటి మేధాశక్తి మీ విజ్ఞానం, పాటవం, సమర్ధత. ఇవి చదువు, అనుభవం, శిక్షణద్వారా లభిస్తాయి. మీ ఉద్యోగం మీరు ఎంత సమర్ధతతో చేస్తారు, మీ తోడ్పాటువల్ల మీ వ్యాపారానికి కలిగే విలువ ఎంత, ఏమిటి? మీ జీవితమంతా వాటిని మెరుగు పరుస్తూనే ఉండవచ్చు. అందుకు పరిమితులంటూ ఏమీ లేవు. కొన్నిసార్లు ఒక ముఖ్యపాటవం, సామర్ధ్యం మీ తోడ్పాటు విలువను రెట్టింపు చెయ్యవచ్చు, దానితోపాటు మీ ఆదాయం రెట్టింపు కావచ్చు.

అంతరంగ జ్ఞానం పెంచండి

మీ పోటీదార్లతో, లేదా ఇతర వ్యాపారాలతో పోలిస్తే, మీ వ్యాపారం ఎలా నడుస్తున్నదో తెలుసుకోవటం మేధాపరమైన మీ రెండవ ఆస్తి. ఇది వ్యాపారంలో మీకు అవసరమైన ఆస్తి.

ప్రతిఒక్క వ్యాపారమూ మార్కెటింగ్ చెయ్యటానికీ, అమ్మకాలకూ, ఉత్పాదనకూ, వస్తువులు, సేవలు అందచేసి ఖాతాదారులను తృప్తి పరచటానికీ కొన్ని వ్యవస్థలు, పద్ధతులు, కొన్ని మెళకువలు, వ్యూహాలు అనుసరిస్తారు. ప్రతిఒక్క వ్యాపారానికి, సంస్థకు వారిదంటూ ఒక రాజకీయ, సామాజిక పరపతి ఉంటుంది.తద్వారా అందులో ఉన్న వ్యక్తులందరికీ ఒక హోదా, పలుకుబడి, అధికారం, బాధ్యత ఉంటాయి. దానిని అనుసరించే మనుషుల ప్రాముఖ్యత, బలాబలాలు నిర్ణయమవుతాయి. పని జరగాలంటే మీరు ఎవరిని సమీపించాలో ఎలా కొనసాగాలో తెలుస్తుంది.

ప్రతిఒక్క వాణిజ్యసంస్థలోనూ అంతర్గతంగా ఎకౌంటింగ్, నిర్వహణ, ఆర్థిక నియమాలు ఉంటాయి. ఇవన్నీ పెంపొందించి స్థాపించటానికి చాలాకాలం పడుతుంది. కొత్తవారికి ఇవి నేర్చుకోవటానికి కొంతకాలం పడుతుంది. అయినప్పటికీ, సంస్థకు ఇవి ముఖ్యాంశాలు. ఈ పద్ధతులూ, వ్యవస్థలూ పూర్తిగా అర్ధంచేసుకున్న వ్యక్తికిమేధాపరమైన ఆస్తి ఉన్నదన్నమాట. వారి స్థానంలో మరొకరిని నియమించటం సంస్థకు కష్టసాధ్యమైన విషయం.

నా ఎక్జిక్యూటివ్ అసిస్టెంట్ పదిహేను సంవత్సరాలుగా నా దగ్గర పని చేస్తున్నది. ఆమె వచ్చి జీతం పెంచుమని అడిగితే, ఆమె స్థానంలో మరొకరిని తీసుకురావటానికి సమయము, శ్రమ, చాలా ఖర్చుఅవుతాయని నేను గ్రహిస్తాను. ఆమె స్థాయి మేధాశక్తి సాధించటానికి కొత్తవారికి కొన్ని నెలలు, సంవత్సరాలుకూడా పట్టవచ్చు. నా వ్యాపారాన్ని గురించి ఆమెకు బాగా తెలుసు. నా వ్యాపారంలో అన్ని వివరాలు, నా ఖాతాదార్లు, నా పరిచయాలు, నా కాంట్రాక్టులు, ఉత్తర ప్రత్యుత్తరాలు, నా వ్యాపారంలో పద్మవ్యూహాలు, అన్నీ ఆమెకు పూసగుచ్చినట్లు తెలుసు. ఆ అనుభవం, విజ్ఞానం సంపాదిచటానికి ఆమెకు కొన్ని సంవత్సరాలు పట్టింది. ఆమె స్థానంలో మరొకరిని తీసుకురావటంకంటే, ఆమె జీతం పెంచటం సులువైన పని. ఆమె తన విలువ విపరీతంగా పెంచుకున్నది.

ఫలితాలు సాధించే సమర్థత

ఈ పోటీ ప్రపంచంలో ఆర్థిక ఫలితాలు ఎలాసాధించాలి అన్న తెలివితేటలు, అవగాహన ఇక్కడ మూడవ మేధాపరమైన సంపద. మీ సంపాదనా సామర్థ్యం నిర్ణయించటంలో ఈ సంపద ప్రముఖపాత్ర వహిస్తుంది. ఇక్కడ మీ వస్తువులను గురించి, సేవలను గురించి, వాటిని అమ్మటం ఎలాగో, మీకు ఎంత క్షుణ్ణంగా తెలుసు? మీ ఖాతాదారులను గురించి, మీకు ముడివస్తువులు సప్లయి చేసేవారిని గురించి మీకు ఎంతవరకు తెలుసు, వారితో మీరు ఎంత నేర్పుగా వ్యవహరించ గలరు? మీకు బ్యాంకర్లు, లాయర్లు, ఎకౌంట్లు, ప్రభుత్వ అధికారులూ తెలుసునా? వారితో మీ వ్యవహారం ఏ స్థాయిలో ఉంటుంది? మీ మేధాసంపదలో ఇవన్నీ చేరుతాయి. ఈ మేధాసంపద సమకూర్చటానికి మీకు సంవత్సరాల తరబడి పట్టవచ్చు. ఈ సంపద మీ సంస్థకు చాలావిలువైన సంపద.

మీ సంపాదనా సామర్థ్యం ఉన్నతస్థాయికి పెంచటమే మీ ప్రప్రథమ బాధ్యత. ఈ సంపాదనా సామర్థ్యం పెరగాలంటే, ఉద్యోగంలో మీ సామర్థ్యం పెరగాలి. మీ సంస్థలో ఒక విలువైన వ్యక్తిగా ఎదగాలి, మీ సంస్థకు మీరు తెచ్చిపెట్టే ఆర్థిక ఫలితాలు నిత్యమూ ఎదుగుతూ ఉండాలి.

మీ దక్షత, పటుత్వం

మొదటగా మీరు విలువైనవారు కావాలి. అటు తర్వాత అపరిహార్యులు కావాలి. ఇందుకు మీరు పెందలాడే మొదలు పెట్టాలి, మరికొంత గట్టిగా కృషి చెయ్యాలి, అందరికంటే కొంచెం ఎక్కువసేపు పని చెయ్యాలి. మీ స్థాయిలో ఉన్నవారందరికంటే మేలైన ఫలితాలు సాధించటమే మీరు అపరిహార్యులు కావటానికి మార్గం. మీ తోడ్పాటు విలువ పెరుగుతున్నకొద్దీ మీకు గుర్తింపు కలుగుతుంది. అప్పుడు మిమ్మల్ని పైపదవులకు సిఫార్సు చేసేవారూ, సమ్మతించేవారూ ఎదురవుతారు. మీరు స్వంతవ్యాపారం నడుపుతున్నా, ఒకరిదగ్గర ఉద్యోగం చేస్తున్నా మీ ఆదాయం పెరుగుతుంది, ఉద్యోగంలో ప్రతిసారీ మీ ప్రమోషన్లు ఇంకా ఇంకా వేగం పుంజుకుంటాయి.

సంసిద్ధత – అదృష్టం

అగోచరమైన ఈ ప్రభావాలు ప్రయోగించటంలో మీరు దక్షులు కావాలి. నిత్యనూతన సమాచారం సేకరించటం ఇక్కడ కీలకం. మీ రంగంలో అనుభవజ్ఞులు, ప్రవీణులు ప్రచురించే పుస్తకాలు, పత్రికలూ, వార్తావిశేషాలు మీరు చదివి ఆకళింపు చేసుకోవాలి. మీ పరిశ్రమ సమితి, సంఘం జరిపే వార్షిక సమావేశాలు, హాజరై ప్రముఖులు చెప్పేవిషయాలు విని నేర్చుకోండి. మీ రంగంలో పనిచేసే ఇతర వ్యక్తులను క్రమం తప్పకుండా కలవండి, వారితో చర్చించి వారి అభిప్రాయాలు సేకరించండి.

సంభావ్యత న్యాయం ప్రకారం ఏ భావం, ఏ ఉపాయం అద్భుతాలు సృష్టిస్తుందో ఎవరికీ తెలియదు. అలా జరిగినపుడు మీరు సంవత్సరాల తరబడి శ్రమపడాల్సిన అవసరం తప్పుతుంది. ఒక స్థాయి సఫలత సాధించ గలుగుతారు. కనుక మీరు సాధ్యమైనన్ని ఆలోచనలు వినాలి. వీలైనంత సమాచారం సేకరించి ఆకళింపు చేసుకోవాలి. అప్పుడు మీకు సమయానుకూలమైన, సందర్భోచితమైన ఆలోచన కలగవచ్చు.

మీ రంగంలో ఉత్తమ 10 శాతం

మీ వృత్తి /ఉద్యోగంలో సాధ్యమైనదంతా సాధించాలంటే అక్కడ ఉత్తమ 10 శాతం వ్యక్తులలో మీరూ ఒకరు కావాలి. ఈ ఆలోచన చాలామందికి షాక్

కలిగించవచ్చు. ఘనంగా ఏదైనా సాధించాలంటే నా రంగంలో నేను పై 10 శాతంలో ఉండాలి అని తెలిసి చాలా నీరసపడి, నిరుత్సాహ పడ్డాను. నేను హైస్కూల్ చదువు పూర్తి చెయ్యలేదు. అమ్మకాలలోకి రాక మునుపు నేను చాలా కూలి, నాలి పనులు చేశాను. చాలాసార్లు నా ఉద్యోగం ఊడింది. లేదా నన్ను పక్కకునెట్టారు. ముప్ఫయి ఏళ్ళు దాటేసరికి నా దగ్గర ఏమీ లేదు. తిండికూడా కరువైన పరిస్థితి ఎదురయింది.

అప్పుడు నేను, "ఈనాడు పై 10 శాతంలో ఉన్నవారందరూ కింది పదిశాతంలో మొదలు పెట్టినవారే." నని తెలుసుకున్నాను. దానితో నా జీవనరేఖ మారిపోయింది. ఈనాడు బాగున్నవారందరూ ఒకనాడు లేమిలో బతికినవారే. ఉపన్యాసకులు టి.హార్వ్ ఎకర్ చెప్పినట్లు, "ప్రతి ఒక్క నాయకుడూ ఒకనాడు అనామకుడే."

ప్రతి ఒక్కరూ కింది నుంచే మొదలు పెట్టారు

ఒక్కసారి ఆలోచించండి! మీ రంగంలో ఈనాడు ప్రసిద్ధులైనవారు ప్రతి ఒక్కరూ ఒకనాడు మీ రంగంలో లేరు. అంతేకాదు, అసలు ఆ రంగం ఉన్నదనికూడా వారికి తెలియదు! ఈ నాడు వారు శిఖరాగ్రాన ఉన్నారు. సగటు ఆదాయంకంటే ఎన్నోరెట్లు సంపాదిస్తున్నారు. ఇక్కడ శుభవార్త ఏమిటంటే: ఎందఱో సాధించిన ఫలితం మీరూ సాధించవచ్చు. అది ఎలా చెయ్యాలో తెలుసుకోవాలి, అంతే.

మీ కంటే తెలివైనవారూ, మీకంటే మెరుగైనవారూ ఎవరూ లేరు. మీలో నూరుజన్మలకు సరిపడా కుశలత, సామర్థ్యము, తెలివితేటలూ ఉన్నాయి. ఇది కేవలం కార్యకారణ న్యాయం. సఫలత సాధించినవారు చేసిన పనులు నేర్చుకొని, మీరుకూడా చేస్తే వారికి ఉన్న ప్రావీణ్యాలు, పాటవాలు మీరుకూడా సాధిస్తారు. వారు సాధించిన విజయాలన్నీ మీరూ సాధిస్తారు. ఈ సఫలతకు ఎల్లలు అంటూ ఏమీ లేవు – మీ ఆలోచనతో మీరు విధించుకునేవి తప్ప.

ఇక్కడే ఉన్నది విషాదం: శ్రేష్టతమీద నిబద్ధత లేకపోతే, ఉపేక్షవల్ల సామాన్యతకు, మధ్యమతకు అంగీకారమే. యాదృచ్ఛికంగా ఎవరూ అద్భుతాలు సాధించలేదు. చెప్పుకోదగిన ఒక లక్ష్యం సాధించటానికి సమయం పట్టినట్లే, ఒకవృత్తిలో, పనిలో పాటవం సంపాదించి ఉత్తములు కావటానికి కూడా సమయం కావాలి.

ప్రావీణ్యత

మీ రంగంలో శిఖరాగ్రం చేరటానికి మీకు ఎంతకాలం పడుతుంది? ఈ ప్రావీణ్యతమీద యాభై సంవత్సరాలుగా అధ్యయనాలు జరిగాయి. ఎవరికైనాసరే ఏ రంగంలోనైనాసరే పైనున్న 10 శాతం చేరుకోవటానికి ఏడు సంవత్సరాలు, లేదా పదివేల గంటల ఏకాగ్ర కృషి అవసరమని ఈ అధ్యయనాలలో తేలింది.

ఉత్తమమైన న్యూరో సర్జన్ కావటానికి ఏడుసంవత్సరాలు పడుతుంది. ఉత్తమ విక్రయదారులు కావటానికి ఏడు సంవత్సరాలు పడుతుంది. వ్యవస్థాపకులుగా సఫలత సాధించటానికి ఏడు సంవత్సరాలు పడుతుంది. మంచి డీసెల్ మెకానిక్ కావటానికికూడా ఏడు సంవత్సరాలు పడుతుంది. మీరు ఏ వృత్తి ఎంచుకున్నాసరే, అందులో ప్రవీణులు, నిష్ణాతులు కావటానికి ఏడు సంవత్సరాలు పడుతుంది.

నేను ఇలా చెప్పినపుడు మా శ్రోతలు నిరాశ, నిస్పృహలు ప్రకటిస్తారు. కాని, వాస్తవాన్ని ఎవరూ మార్చలేరు కదా! బహుశ మీరు అంతకంటే వేగంగా సాధించవచ్చు. కాని ఘంటాపథంగా చెప్పలేరు. ఏడు సంవత్సరాలూ, లేదా పదివేల గంటలు ఎందుకు పడుతుంది అంటే, మీ విద్య, వృత్తిలో ప్రావీణ్యం సాధించటానికి, మీరు చేసేపనిలో నిజంగా నిష్ణాతులు కావటానికీ ఆ సమయం అవసరం అవుతుంది.

కాలం ఆగదు

కొన్నిసార్లు "ఒక్క నిమిషం, ఇప్పుడు నాకు ముప్ఫయి ఏళ్ళు. మీరు చెప్పినదాని ప్రకారం నేను పై 10 శాతంలోచేరి, ఈ రంగంలో ప్రతిఫలాలు పొందటం మొదలు అయ్యేసరికి, నాకు ముప్ఫయి ఏడు సంవత్సరాలు నిండుతాయి. అప్పుడు నాకు ఏడేళ్ళు పైబడుతాయని గ్రహించారా?"

నా ప్రశ్న చాలా సరళం, "మీరు ఏమి చేసినా, చేయక పోయినా ఏడు సంవత్సరాల తర్వాత మీ వయసు ఎంత పెరుగుతుంది? ఇప్పటికి ఏడేళ్ళ తర్వాత మీరు ఈ నాటికంటే ఏడేళ్ళు పెద్దవారవుతారు. ఇక్కడ చెప్పవచ్చేదేమిటంటే, అప్పుడు మీరు మీ వృత్తిలో శిఖరాగ్రంలో ఉంటారా, లేక సగటు సంపాదనతో,

ఎప్పుడూ డబ్బును గురించి చింతిస్తూ కింది 80 శాతంలో ఉంటారా? అన్నదే ప్రశ్న."

వ్యాపారంలో సఫలతకు కూడా ఇదే వర్తిస్తుంది. ఒక ప్రఖ్యాత ఎకౌంటింగ్ సంస్థ 30,000 వ్యాపార సంస్థలను అధ్యయనం చేసింది. కొత్తగా మొదలయిన వ్యాపారం మొదటి రెండు సంవత్సరాలూ డబ్బు నష్టపోతుంది. తర్వాతి రెండు సంవత్సరాలూ మొదటి రెండు సంవత్సరాలలో కలిగిన నష్టాన్ని భర్తీ చెయ్యగలుగుతుంది. నాలుగు సంవత్సరాలు దాటిన తర్వాత, ఆ సంస్థ లాభాలు గడించటం మొదలు అవుతుంది. ఏడవ సంవత్సరంలోనే ఆ సంస్థ నిజంగా వెలుగులోకి వస్తుంది. అప్పుడే అంతకు మునుపు ఐదు – ఏడు సంవత్సరాలలో గడించినదంతా ఒక్క ఏడాదిలోనే గడిస్తుంది. పీటర్ డ్రక్కర్ చెప్పినట్లు, "కొత్తగా మొదలయిన వ్యాపారాలు ఏవీ మొదటి నాలుగు సంవత్సరాలలో లాభాలు గడించలేవు."

ప్రయాణం వేగతరం చెయ్యండి

మరి, సాధ్యమయినంత త్వరగా వేగానికి తగిన ఎత్తు చేరటం ఎలా? సమాధానం చాలా సరళం: విద్య, పాటవం, కృషి.

నిరంతరమూ నేర్చుకోవటానికీ, వృత్తిపరంగా, వ్యక్తిగతంగా నిత్యప్రగతికి మిమ్మల్ని మీరు అంకితం చేసుకోవాలి. మీ రంగంలో ప్రతిరోజూ చదవండి, కారులో విద్యాపరమైన CD లు వినండి. కొత్త విషయాలు తెలుసుకోవటానికి చర్చాగోష్టులు, సమావేశాలు హాజరవండి. అదనంగా ఆన్ లైన్, ప్రత్యక్ష తరగతులు హాజరు అవండి. నేర్చుకోవటం, మీ విద్వత్తు వృద్ధి పరుచుకోవటం ఎన్నడూ ఆపకండి.

మీ విద్వత్తును అభ్యాసంచేసి పాటవంగా రూపుదిద్దండి. మీరు ప్రయత్నించే కొత్త టెక్నిక్ లు ఏవీ మొదటి ప్రయత్నంలో పనిచెయ్యవని గ్రహించండి. కొత్తగా నేర్చుకున్న పాటవంలో నిష్ణాతులయినదాకా, ఎంతకాలమయినా సరే, పట్టు వదలకండి.

ఒక కొత్త పాటవం పెంపొందించుకోవటమంటే, ఇంట్లో ఒక కొత్తవంటకం నేర్చుకున్నట్లే. తెలిసినవారు వండితే ఎంతరుచిగా ఉంటుందో తెలుసుగదా! మీరు మొదటిసారి ప్రయత్నం చేసినపుడు మాత్రం ఆ రుచి రాదు.

కాని దినుసులు ఎక్కువ, తక్కువ చేస్తూ, మీ విధానం మారుస్తూ అభ్యాసంచేస్తే ఒకనాటికి అది రుచిగా కుదిరి తీరుతుంది. అప్పటినుంచీ మీరు ఆ వంటకం వండిన ప్రతిసారీ అమితరుచిగా వండగలరు.

వ్యాపారంలో నైపుణ్యంకూడా అంతే. మొదట్లో మీరు అవకతవకగా, అస్తవ్యస్తంగా, వికారంగా చేస్తారు. ఆ నైపుణ్యం సాధన చెయ్యగా చెయ్యగా, అందులో మీరు ప్రావీణ్యం సాధిస్తారు. నిష్ణాతులవుతారు. మీరు నేర్చుకునే సఫలతా సూత్రాలలో అతిముఖ్యమైన సూత్రం ఇది.

అధ్యాయం తొమ్మిది

మీ అధిచేతనను క్రియాత్మకం చెయ్యండి

ఒక అద్భుతం దీనికంటే ఎక్కువా కాదు, తక్కువా కాదు.
తమ నిజస్వరూపం తెలుసుకున్నవారు,
సర్వవ్యాపకమయిన వివేచనా, శక్తులు, తాము, ఒకటేనని గ్రహిస్తారు.
అప్పుడు మనసుకందని సామాన్యమైన సూత్రాలు వారికి గోచరమవుతాయి.

– రాల్ఫ్ వాల్డో ట్రైన్

ఈనాటి విశాలమైన ప్రయాణ విమానాలలో ఊహించనలవికాని అత్యాధునిక వైమానిక పరికరాలు ఉంటాయి. సగటు ప్రయాణీకుల విమానంలో ఇమిడిఉన్న అత్యాధునిక సాంకేతిక సంగణక యంత్రాలు విమానంలో ప్రతిఒక్క భాగాన్నీ పర్యవేక్షించి విమాన ప్రయాణాన్ని నిర్దేశించగలవు. పెద్దవిమానాలలోని ఈ వైమానిక పరికరాలు మిలియన్ల డాలర్లు ఖరీదు చేస్తాయి. అవి మానవసహాయం లేకుండానే విమానం గాలిలోకి లేపి, నడిపించి కిందికి దింపగల సామర్థ్యం కలిగి ఉన్నాయి.

ప్రతి విమానంలోను పైలట్ అత్యవసరమని చెప్పటం విపరీతమవుతుంది. మూడు ముఖ్యమైన కారణాలవల్ల విమానంలో పైలట్ ఉండి తీరాలి. మొట్టమొదటిగా గమ్యం నిశ్చయించటానికి వారు కావాలి. ఆ తర్వాత, విమానంలో సాంకేతికలోపాలు ఏవీలేవని రూఢిచేసుకోవటానికి వారు చెక్ లిస్టు తనిఖీ చెయ్యాలి. రన్ వే వరకూ టాక్సీ చేసి, విమానం గాలిలోకిలేపి, తగిన ఎత్తువరకూ చేర్చటానికి వారు అవసరం.

రెండవది విమానంలో ప్రతి పరికరమూ సవ్యంగా పని చేస్తున్నదని రూఢిచేసుకోవటానికీ, గాలివీచే దిశ, వాతావరణంలో ఒడుదుడుకులు, తుఫాను సూచనలు గమనించి, అత్యవసరమైన దారి దిద్దుబాట్లు చెయ్యటానికి పైలట్లు అత్యవసరం.

విమానం గమ్యంలో భద్రంగా నేలమీదికి దిగటానికి పైలట్ అత్యవసరమన్నది మూడవ కారణం.

అదృష్టవశాత్తూ దాదాపు అన్నిసందర్భాలలోనూ గమ్యం అక్షాంశ రేఖాంశాలు అక్కడ ఉన్న కంప్యూటర్ లోకి ఎక్కించిన తర్వాత, విమానం వేగానికి తగిన ఎత్తుకు లేచిన తర్వాత, విమానం ఆటో పైలట్ లోకి వెళ్తుంది. అంటే స్వయంచాలక మవుతుంది. దారి పొడుగునా అవసరమయిన దిద్దుబాట్లూ, సర్దుబాట్లూ చేసుకుంటూ గమ్యం దిశగా అడుగు తప్పుపడకుండా ప్రయాణిస్తుంది. మిలియన్లకొద్దీ డాలర్లు ఖరీదుచేసే పరికరాలు, అధునాతన సాంకేతికత, విమానాన్ని గమ్యందిశగా నిర్దేశిస్తున్నాయన్న ఆలోచనలో పైలట్ కొంచెం విశ్రాంతి చెందవచ్చు.

మీ అధిచేతన – మీ మహోన్నత శక్తి

అదే విధంగా మీ అధిచేతన మీకు వ్యక్తిగత వైమానిక మార్గదర్శిలాగా సేవ అందిస్తుంది. ఈ అధిచేతన ప్రయోగించాలంటే, ముందుగా మీరు మీ గమ్యాన్ని సరిగ్గా నిశ్చయించుకోవాలి. మీరు అది వ్రాసి పెట్టుకోండి. అప్పుడు అది మీ ఉపచేతనలో నమోదు అవుతుంది. మీ ఉపచేతనకు మీ లక్ష్యం తెలిస్తే, అది మీ అధిచేతనకు బట్వాడా అవుతుంది. మీ అధిచేతన మీ లక్ష్యం సాధించినదాకా, మీ గమ్యం చేరేవరకూ, రోజుకు ఇరవై నాలుగు గంటలూ పనిచేస్తూనే ఉంటుంది.

ఈ అధిచేతన అందరికీ తెలుసు. మానవ చరిత్రలో దానిని గురించి ఎప్పుడూ మాట్లాడుతూనే ఉన్నారు. మార్మికులు, మతగురువులు దానిని "దివ్య మానసం" అంటారు. రాల్ఫ్ వాల్డో ఎమర్సన్ దానిని "విశ్వాత్మ" అన్నారు. దానినే కార్ల్ జంగ్ "సామూహిక అచేతన" అన్నారు. నెపోలియన్ హిల్ "అనంత వివేకం" అన్నారు. దానిని క్రియాత్మకం చెయ్యటమే అమెరికాలో అతిధనికుల ప్రాధమిక రహస్యం అని ఆయన సమాహారం. దానినే "సహజజ్ఞానం" అన్నారు, "గట్ ఫీలింగ్" అనీ, "ప్రవృత్తి" అనీ "అంతః స్వరం" అనీ అన్నారు.

మీరు మతం విశ్వసించినా విశ్వసించక పోయినా, మీరు ఆధ్యాత్మికులు అయినా కాకపోయినా ఫర్వాలేదు. మీ అధిచేతనా మానసం మీ మహోన్నత శక్తి. మీరు నిశ్చయించుకున్న లక్ష్యం, లేదా గమ్యం స్పష్టంగా ఉన్నంతకాలం సక్రమంగా నిర్దేసిస్తే, మీ లక్ష్యం సాధించటానికి, మీ గమ్యం చేరుకోవటానికి సామర్థ్యం కలిగించి తోడ్పడుతుంది. సఫలతకు అదే పరమరహస్యం.

మీ ప్రబలమైన ఆలోచనలకు అనుగుణంగా మనుషులను, భావాలను, వనరులను మీ జీవితంలోకి ఆకర్షిస్తుంది మీ అధిచేతన. మీరు సఫలత సాధించటానికి మీకు అవసరమైన ప్రతిదీ ఏర్పాటు చేస్తుంది.

మీ అధిచేతన ఒక సూపర్ కంప్యూటర్ వంటిది. ఆలోచనలు, పరిష్కారాలు, మార్గదర్శనం, సహాయం ఏది కావాలన్నా మీరు మీ అధిచేతనను తట్టవచ్చు. మీరు దానిని నమ్మి, ఉపయోగించిన కొద్దీ దాని శక్తి సామర్థ్యాలు పెరుగుతూ ఉంటాయి. నిత్యమూ క్రమం తప్పకుండా మీరు మీ అధిచేతనను తట్టుతూ ఉంటే, అది ఇంకా సులువుగా పనిచేసి, స్వయంచాలకంగా మీ సమస్యలు పరిష్కరించి, మీ లక్ష్యాలు సాధించటంలో తోడ్పడుతుంది.

స్పష్టమైన ఆదేశాలు

సుముఖమైన స్థిరమైన భావరూపంలో వచ్చే ఆదేశాలకు అధిచేతన క్రియాత్మకం అవుతుంది. మీరు సచేతననుంచి ఉపచేతనకు పంపే వ్యక్తిగత ఆదేశాలు సుముఖంగా, వర్తమానంలో ఉండాలి. మీ లక్ష్యం సాధించినట్లే మీరు సుముఖమైన భావం ప్రకటించి, వెలిబుచ్చిన ప్రతిసారీ మీ అధిచేతన క్రియాత్మకం అవుతుంది.

భావావేశ మయమైన మానస చిత్రాలు, ప్రతిరూపాలు, మానసికచిత్రణం అన్నీ మీ అధిచేతనను క్రియాత్మకం చేస్తాయి. మీరు కోరే లక్ష్యాలు ఎంత స్పష్టంగాఉంటే అంతత్వరగా మీ అధిచేతన వాటిని మీ జీవితంలోకి తీసుకు వస్తుంది. మానసిక చిత్రీకరణలో మీ భావావేశం ఎంత ధృఢముగా ఉంటే అంత త్వరగా మీ అధిచేతన వాటిని మీ జీవితంలోకి తీసుకు వస్తుంది.

నిరంతర స్వయంచాలక కృషి

మీ లక్ష్యం స్పష్టంగా ఉన్నంత కాలము మీ అధిచేతన నిరంతరమూ, స్వయంచాలకంగా ఆ మార్గంలో మీ సమస్యలు పరిష్కరిస్తూ ఉంటుంది. ప్రత్యేకంగా, మీ లక్ష్యాలు స్పష్టంగావ్రాస్తే, అవి మీ అధిచేతనలో మార్గదర్శక వ్యవస్థలో ముద్రితాలు అవుతాయి. అప్పుడు వాటికి స్వయంగా ప్రాణము వస్తుంది, శక్తి కలుగుతుంది

మీరు మేలుకొని ఉన్నా, నిద్రపోతున్నా, మరేదోవ్యాపకంలో బిజీగా ఉన్నా, మీ అధిచేతన రోజులో ఇరవైనాలుగు గంటలూ పనిచేస్తూనే ఉంటుంది. ఒకసారి మీ లక్ష్యం నిశ్చయించిన తర్వాత, మీరు మీ దైనిక జీవనంలో నిమగ్నులు కావచ్చు – కంప్యూటర్ లోకి ఒక సమస్య ఫీడ్ చేసి మీపని మీరు చూసుకుంటున్నట్లు – మీ అధిచేతన మీ లక్ష్యం దిశగా పనిచేస్తూ ఉంటుంది.

ప్రశాంతంగా, విశ్వాసపూర్వక మనస్తత్వంలో ఉంటే మీ అధిచేతన ఉత్తమంగా పనిచేస్తుంది. మీరు ఆశించిన లక్ష్యము, లేదా సమాధానము సకాలంలో సాధిస్తారని మీరు విశ్వాసపూర్వకంగా నమ్మితే, మీ అధిచేతన వేగంగా దక్షతతో పనిచేస్తుంది.

ఏదైనా లక్ష్యం సాధించటానికి, సమస్య పరిష్కరించటానికి, అవాంతరాలు అధిగమించటానికి మీ మనసు మీకు సదా, తక్షణం అందుబాటులో ఉంటుంది. అది మీ ఆర్థిక సమస్యలు పరిష్కరిస్తుంది. మీ ఆత్మస్వామి చెంతకు చేర్చుతుంది. మీ హృదయం కోరికతీరే దారిచూపుతుంది.

మీ సఫలతకు, ఆనందానికి అంకితం

మీ అధిచేతన మీ నమ్మినబంటు. మీరు విజయాలు, ఘనవిజయాలు సాధించాలని దాని ఆరాటం. మీరు ఆనంద ఆరోగ్యాలతో సంపన్నంగా జీవించాలని, అద్భుతము, అమందానందము అయిన జీవితం ఆస్వాదించాలని దాని కోరిక.

మీరు ఒక సఫలత సాధించారు. ఇప్పుడు అది మీ చెయ్యి జారిపోకూడదు. అందుకు మీరు కొన్ని పాఠాలు నేర్చుకోవాలని మీ అధిచేతనకు తెలుసు. ఈ శక్తి మీకు ఆ పాఠాలన్నీ వరుస క్రమంలో – ఒక విద్యార్థికి ఒక మంచిఉపాధ్యాయులలాగా –ఒక్కటొకటిగా తీసుకువచ్చి పెడుతుంది. ఒక

ఎదురుదెబ్బ, లేదా కష్టము ఎదురైనపుడు అందులో దాగిఉన్న గుణపాఠం ఏమిటా అని చూడటమే మీవంతు. మీరు ఆశించిన పనులు జరగటం లేదు. ఎదురు తిరుగుతున్నాయి. అప్పుడు 'ఈ అనుభవంలో నేను నేర్చుకోవలసింది ఏమిటి?' అని మిమ్మల్ని మీరు ప్రశ్నించుకోండి.

తక్షణ చర్య, సంసిద్ధత

మీ అధిచేతన సరయిన సమయంలో మీకు సరిగ్గా అవసరమైన సమాధానం తీసుకు వస్తుంది. ఈ సమాధానానికి తిథి, వార, నక్షత్రాలు ఉంటాయి. అధిచేతననుంచి సమాధానం వచ్చినపుడు, మీరు తక్షణం దానిమీద చర్య తీసుకోవాలి.

మీరు ఒక సమస్య లేదా లక్ష్యం దిశగా పనిచేస్తున్నారు. అప్పుడు ఉన్నట్టుండి మీకు ఒక ఫోన్ కాల్ చెయ్యాలని, ఒకరితో మాట్లాడాలని, ఒక పుస్తకం కొనాలని, లేదా మరేదో చెయ్యాలని ప్రచోదనం కలుగుతుంది. అప్పుడు ఆ పని శీఘ్రంగా చెయ్యండి. ఆలస్యం చెయ్యకండి. దానికోసం మీరు ఇరవైనాలుగు గంటలు కాదు కొన్ని నిమిషాలు ఆలస్యం చేసినా 'ఆలస్యాదమృతం విషం' కావచ్చు.

మీ అధిచేతన భావాల రూపంలో మీతో సంభాషిస్తూ ఉంటుంది. కొందరు పెద్దలకు హఠాత్తుగా పిడుగు పడినట్లు, మెరుపు మెరిసినట్లు భావాలు వారిమదిలో మెదిలాయి. ఆ ఒక్కభావానికి ప్రతిస్పందించి వెంటనే చర్య తీసుకోవటంవల్ల, వారు చరిత్రాత్మకులు అయినారు.

అధిచేతన, క్రియాత్మకత

మీరు మీ అధిచేతనను బుద్ధిపూర్వకంగా అనేక విధాల క్రియాత్మకం చెయ్యవచ్చు. మొదటిది చాలా సులువు. ఒక కాగితం తీసుకొని, మీ సమస్య సవివరంగా వ్రాయండి. కేవలం ఆ సమస్య వివరంగా వ్రాయటంతోనే – అది ఎలా కలిగింది, దాని ప్రభావం ఏమిటి,ఆ విషయంలో మీరు చెయ్యగలిగింది ఏమిటి, వగైరాలు – మీ అధిచేతనకు ఆ సమస్యకు సరైన పరిష్కారంచూపే సమర్ధత కలుగుతుంది.

మీ అధిచేతనను క్రియాత్మకం చెయ్యటానికి మీరు ఆ సమస్యను గురించి పూర్తిగా మర్చిపోవటం మరొక మార్గం. ఈ సమస్యను గురించి ఆలోచించటానికికూడా వ్యవధి ఇవ్వని మరొక పనిలోకి దిగండి. అపుడు, సరయిన సమయానికి సమాధానం మీ మనసులో తళుక్కుమంటుంది. కాని, ఆ సమాధానం మదిలో మెదిలినపుడు, మీరు తక్షణచర్య తీసుకోవాలి.

ఘనత సాధించిన స్త్రీ పురుషులందరూ, ధ్యానం ద్వారానో, మనసును శాంతింపజేయటం ద్వారానో తమ అధిచేతనను చేరుకున్నారు. తలుపు తట్టారు. మీరు పూర్తిగా విశ్రమించి, మనసును శూన్యం చేసినపుడు, తరుచు అధిచేతన భావాలు వెలికి వస్తాయి.

అధిచేతనను క్రియాత్మకం చెయ్యటానికి ఏకాంతం నా అభిమాన మార్గం. ఏకాంతంలో అత్యుత్తమ ఫలితాలు సాధించాలంటే, ఈ పద్ధతి ప్రయోగించండి. మొదట మీరు కనీసం ఒక అరగంటసేపు ఏకాంతంగా ప్రశాంతంగా కూర్చోవటానికి నిశ్చయించుకోండి. మీ మనసు పూర్తిగా సడలటానికి ఈ సమయం చాలా అవసరం.

ఆ తర్వాత వికర్షణలన్నీ పక్కకు నెట్టండి. కాఫీ, టీ, చదవటానికి తెచ్చిన సరుకు, మీ ధ్యాస మళ్ళించే మరే వస్తువైనా సరే, దూరంగా తొలిగించండి. ఇదే నిశ్శబ్దంలోకి గమనం. ఏ బాదరబందీ లేకుండా, మీరు ఒక్కరే ప్రశాంతంగా కూర్చున్న తర్వాత మీ మనసును ప్రశాంతంగా, ఆలోచనాశూన్యంగా వదిలివేస్తే, అద్భుతం జరుగుతుంది. ఏకాంతంలో కూర్చున్నపుడు, 'ఏదో కవితాశక్తి' వారిని ఆవహించిందని రచయితలూ తరుచు చెబుతూ ఉంటారు.

ఇక మూడవది. మీ లక్ష్యాన్ని, సమస్యను గురించి ఎంతమాత్రము ఆలోచించకండి. మీ మనసుకు పూర్తిగా విశ్రాంతి ఇవ్వండి. దేనిని గురించీ ఆలోచించటానికి ప్రయత్నించకండి. మౌనంగా కూర్చోండి. మీ మనసు ఆలోచనా శూన్యంగానో, ఆలోచనా పూర్వకంగానో మీ జీవితం చుట్టూ పచార్లు చెయ్యనివ్వండి. మీరు అలా మౌనంగా కూర్చున్నపుడు ఏదో ఒకక్షణాన సరయిన సమాధానం మీ మనసులో మెదులుతుంది.

సున్నితమైన శాస్త్రీయ సంగీతం విన్నాకూడా మీ అధిచేతన క్రియాత్మకం కాగలదు. ప్రగాఢ మైన విశ్రాంతి మీ అధిచేతన క్రియాత్మకతను రేకెత్తిస్తుంది. ఒక్కొకసారి మీరు నిద్రకు ఉపక్రమించేటపుడు, నిద్ర మేలుకునేటపుడు, మీ

అధిచేతననుంచి భావాలు, సమాధానాలు వస్తాయి. మీ పడక పక్కన ఒక నోట్ ప్యాడ్ లేదా పుస్తకం సిద్ధంగా ఉంచుకోండి. మీకు ఆ భావాలు, అంతర్ దృష్టులు కలిగినపుడు, మర్చిపోకుండా ఉండటానికి వెంటనే ఆ పుస్తకంలో వ్రాసిపెట్టుకోండి.

శారీరక చర్యలద్వారాకూడా – నడక, పరుగు, ఈత, లేదా మీ గుండె వేగాన్ని పెంచి మీ మెదడులో ఎండార్ఫిన్లు, దోపమిన్ విడుదల చేసే వ్యాయామం - అధిచేతనను క్రియాత్మకం చెయ్యవచ్చు. ఈ రసాయనాలు మీకు ఒకవిధమైన ఉత్సాహాన్ని, ఉల్లాసాన్ని కల్గిస్తాయి. అదేక్షణాలలో అధిచేతన ప్రేరితమవుతుంది. అందుచేతనే చాలామందికి వ్యాయామం తర్వాత స్నానం చేసే సమయంలో మహోత్తమ భావాలు, ఆలోచనలు కలుగుతాయి.

మీరు మీ అధిచేతనను గురించి తెలుసుకొని, దానిని నమ్మటం ప్రారంభిస్తే, మీ సంభావ్యశక్తి అపారమవుతుంది. ఈ మానసంలో ప్రవేశించి దానిని సచేతనంగా, బుద్ధిపూర్వకంగా, నిరంతరమూ ప్రయోగించటమే మీరు చెయ్యవలసిన పని. ఖచ్చితంగా మీకు అవసరమైన క్షణంలో, సక్రమంగా పనిచేస్తుందని పూర్తిగా విశ్వసించండి. అది చేసి తీరుతుంది.

అధిచేతన పరిష్కారం

మీకు అధిచేతన పరిష్కారం చూపిందనటానికి మూడు నిదర్శనాలు:

1. అధిచేతన పరిష్కారం అన్నివిధాలా సంపూర్ణంగా ఉంటుంది. ఒక సమస్యలో, లేదా లక్ష్యంలో అది ప్రతిఒక్క అంశాన్నీ పరిష్కరిస్తుంది.
2. అధిచేతన పరిష్కారం "విశదమయినదానిని మిరుమిట్లు గొలిపే వెలుగులో చూపుతుంది." ఆ పరిష్కారం చాలా సరళంగా, స్పష్టంగా, మీ శక్తిసామర్థ్యాలకు అనువుగా ఉంటుంది. మీకు సాధ్యమవుతుంది. ఇంతచిన్న విషయం ఎందుకు ఆలోచించలేక పోయానా అని ఆశ్చర్యపోవటం మీ వంతు.
3. అధిచేతన భావన, సమాధానం మీ సహజజ్ఞానంనుంచి వస్తుంది. ఆ కారణంగా అది సవ్యం అని తోస్తుంది. మీరు బిగువు సడలించి ఆనందిస్తారు. మీ ఒత్తిడి, ఉద్రిక్తత సమసిపోతాయి. పరిష్కారాన్ని

సాధ్యమయినంత శీఘ్రంగా అమలు చెయ్యటానికి మీరు ఉత్సుకులై ఉంటారు.

ఘనమైన న్యాయం

అధిచేతన కార్యశీలత న్యాయం "చేతనామానసంలో నిరంతరంగా పట్టి ఉంచిన ఆలోచన, పథకం, లక్ష్యం, లేదా భావనలను అధిచేతన యదార్థం చేసితీరాలి." అంటుంది.

ఇది ముఖ్యమైన నిర్వచనం. మీ లక్ష్యాలు, గమ్యాలు వావి, వరస, స్పష్టత లేకుండా, పరస్పర విరుద్ధాలైతే, మీ అధిచేతన మీకు సేవచెయ్యలేదు. అందుకే బైబుల్ "మనసు ద్విధాఉన్నవ్యక్తి ఎవరైనా సరే చంచలులే." అంటుంది .

మీ మానసశక్తులకు తలుపు తెరిచి, విడుదలచేసేది "ఏకైక దృష్టి" మాత్రమే. కేంద్రీకరించి ఏకాగ్రంచేసే శక్తి మీకు అత్యవసరం. మీరు మీ ముఖ్యమైన ధ్యేయం – మీ జీవితాన్ని అత్యంత ప్రభావితం చేసే ఏకైక లక్ష్యం – నిశ్చయించి, దానిని గురించి సచేతనంగా నిరంతరమూ ఆలోచించుతూ ఉన్నపుడే మీ అధిచేతన పనిలోకి దిగుతుంది.

విశ్వాసపూర్వకంగా మీ లక్ష్యం దిశగా మీరు మొదటి అడుగు, రెండవ అడుగు, మూడవ అడుగు వేసినప్పుడే మీ అధిచేతన క్రియాత్మక మవుతుంది. మీరు నిరంతరమూ దారి సరిచూసుకోవాలి, సరి చేసుకోవాలి. ఏది ఏమైనా సరే, అన్ని అవాంతరాలకు ఎదురు నిలిచి పట్టు వదలకుండా, మీరు ముందుకు సాగాలి.

ఈ పనులన్నీ కలిపి చేస్తూ ఉంటే, మీరు ఈ విశ్వంలోని ఘనమైన శక్తికి తలుపు తట్టుతారు. అప్పుడు మీరు మనసారా కోరే ఏ లక్ష్యసాధనకైనాసరే, సహాయం దొరుకుతుంది.

అధ్యాయం పది

అడ్డదార్లు, ఎండమావులు వదలండి

దాదాపు లక్ష్యం చేరుతున్న సమయంలో కొందరు తమ
ప్రయత్నం విడిచిపెడుతారు; మరికొందరు అందుకు
విపర్యయంగా చివరిదశలో అంతకు ముందుకంటే అధికంగా
శ్రమించి విజయం సాధిస్తారు.

– హెరోడోటస్

కనిష్ఠ ప్రతిఘటన న్యాయం వ్యక్తిగత విజయానికి పరమశత్రువు. నీరు పల్లమెరుగు నన్నట్లు చాలామంది వారికి కావలసింది సంపాదించటానికి అన్నిటికంటే సులువైన మార్గం, అన్నిటికంటే వేగతమమైన మార్గం వెతుకుతారు. వారి మనస్తత్వంవల్ల కలిగే దీర్ఘకాల ఫలితాలను గురించి వారు ఆలోచించరు. అనుకున్నది సాధించలేక పోవటానికి, వయోజన జీవితంలో పతనం కావటానికీ మనుషుల ఈ సహజస్వభావమే కారణం.

శారీరికంగా మీరు ఆరోగ్యంగా ఉండాలంటే ఒకటే మార్గం. మీరు వారానికి కనీసం రెండువందల నిమిషాలు వ్యాయామం చెయ్యాలి. సమగ్ర ఆరోగ్యం కావాలంటే, శరీరం సాగదీసే వ్యాయామాలు, బలం పెంచే వ్యాయామాలు, వాయుసహిత వ్యాయామాలు చెయ్యాలి. మీ శరీర పైభాగము, కింది భాగము కూడా వ్యాయామం చెయ్యాలి. పళ్ళు తోముకున్నట్లు, స్నానం చేసినట్లుగానే ఈ వ్యాయామం కూడా జీవితాంతము కొనసాగాలి.

మానసికంగా ఆరోగ్యంగా ఉండి, మీ సంపాదనా సామర్థ్యం పెంచుకోవాలనుకుంటే, మీరు మానసిక వ్యాయామం కూడా చెయ్యాలి. మీ రంగంలో మీరు ప్రతిరోజూ చదవాలి, అధ్యయనం చెయ్యాలి. మీ పరిశ్రమలో ప్రస్తుతం ఏమి జరుగుతున్నదో మీరు తెలిసికొని ఉండాలి. మీ కారులో రేడియో వినటంకంటే, విద్యావిషయక CD లు వినటం ముఖ్యం. మీ టెలివిజన్ కట్టివేసి ఆ సమయాన్ని మీ వ్యక్తిగత ఎదుగుదలకూ, వృత్తిపరమైన ఎదుగుదలకూ వినియోగించాలి. ప్రతిరోజూ కనిష్ఠ అవరోధ మార్గ ఆకర్షణ నిరోధించాలి.

నం థింగ్ ఫర్ నథింగ్

ఉచితంగా దొరికేదానికోసం, లేదా ఎంత చవకగా వీలయితే అంత చవకగా దొరికేదానికోసమే మనిషి ఆరాటం. శీఘ్రంగా, సులువుగా డబ్బు సంపాదించాలనే ఆశ, భ్రమవల్ల ఎంతమంది మోసపోతున్నారో చూస్తే విచారం కలుగుతుంది. శీఘ్రంగా ధనవంతులు కావటానికి, ఉచితంగా దొరికే దానికోసం ఆశించే పెద్దలు ఒక సులువైన డబ్బు పథకం నుంచి మరొక పథకానికి పరుగులు తీస్తారు. చివరికి ఖాళీ జేబులు, చిల్లులుపడ్డ జోళ్ళతో మిగులుతారు.

మాల్కం ఫోర్బ్స్ ఒకసారి వ్రాశారు, “ఇది నిజమా అన్నంత ఆశ్చర్యం కలిగిస్తే, అది నిజం కాకపోవచ్చు.”

మూల్యం చెల్లించటానికి సిద్ధంగా ఉండండి

ఏదీ కూడా మొదట్లో కనబడినంత సులభమూ, సరళమూ కాదు. విలువైనదేదీ సరళం కాదు, కాబోదు. ప్రతిఘనకార్యం వెనక వందలాది, వేలాది చిరుప్రయత్నాలు ఉండితీరుతాయి. అవి ఎవరికీ కనబడవు, మెచ్చుకోలుకు నోచుకోవు. ప్రతి మహాసంపద వెనకా సంవత్సరాల తరబడి నిరంతరశ్రమ, అనుభవాలు దాగిఉన్నాయి. వారానికి అరవై, డెబ్బయి ఇంకా మాట్లాడితే ఎనభైకూడా గంటల ఊపిరాడని శ్రమ. సంవత్సరాల తరబడి విరామము, విహారం లేదు, కావలసినన్ని ఎదురుదెబ్బలు, నిరాశా నిస్పృహలు, అనుకోని అలజడులు, ఎదురుగాలులు ఇంకా ఎన్నో.

వార్తాపత్రికలలో తరుచు హైటెక్ కంపెనీ, లేదా గూగుల్, యు ట్యూబ్ వంటి డాట్ కాం సంస్థలు స్థాపించి అచిరకాలంలోనే మహాసంపన్నులు కావటం వార్తలలో చదువుతూ ఉంటారు. ఒక్క అమెరికాలోనే ఇరవై ఆరు మిలియన్ సంస్థలు ఉన్నాయి. అందులో తెల్లవారేసరికి మహాసంపన్నులయే ఈ సంస్థలు కోటికి ఒకటి ఉంటే ఆశ్చర్యపడాలి. అటువంటి సంస్థలు చాలా అరుదు కనుక వారిని గురించి వ్రాస్తారు. చిరకాలం కొనసాగే సంపద చాలాకాలం చాలా శ్రమపడి, నిదానంగా జాగ్రత్తగా కూడబెట్టింది.

విమాన యానం నాలుగు Cలు అభ్యసించండి

మీరు చిన్నవిమానంతో వాయుయానం నేర్చుకుంటున్నపుడు మీకు నాలుగు C లు నేర్పుతారు. మీరు దారితప్పితే వీటిని ఉపయోగించుమని చెబుతారు. ఇవి "confess," "climb," "confirm," "comply".

నిజం ఒప్పుకోండి

ఇక్కడ మొదటి C "confess." (ఒప్పుకోండి). మీరు దారి తప్పారు. వాయుయాన నిబంధనల ననుసరించి, మీరు ప్రస్తుతం ఎక్కడ ఉన్నారో మీకు తెలియదు. మీరు మీకు దగ్గరలో ఉన్న టవర్ సంపర్కం చేసి మీరు సమస్యలో ఇరుక్కున్నారని చెప్పి ఒప్పుకోవాలి. కొన్ని సమయాలలో ఈ చిన్నవిమానాల పైలట్లు తాము దారితప్పామని చెప్పి ఒప్పుకోవటానికి బదులు క్షణక్షణానికీ విస్తరించే వృత్తాలలో గాలిలో తిరుగుతూ ఉంటారు. చివరికి విమానంలో ఇంధనం అడుగంటి విమానం కూలిపోతుంది.

వ్యాపారంలోకాని, ఆర్థిక జీవితంలోకాని సమస్య ఎదురైతే, మీకు సహాయపడ గలిగినవారికి ఎవరికైనా ఆ విషయం చెప్పి ఒప్పుకోండి. వ్యాపారంలో ఆర్థికసమస్య ఎదురైతే వెంటనే మీ బ్యాంకర్ కు ఆ విషయం చెప్పండి. మీ బ్యాంకర్ ఇటువంటి సన్నివేశాలు కొన్నివందలసార్లు ఎదుర్కొని ఉంటారు. వారు పట్టువిడుపులు చూపి మీకు సాయం చెయ్యగలరు. కాని బ్యాంకర్లు హఠాత్సన్నివేశాలు ఏవగించుకుంటారు. నెలసరి వాయిదా మీరు కట్టలేరన్న విషయం చెప్పకుండా చివరిదాకా దాచితే, వారికి నచ్చదు.

నరయిన దృక్పథం ఏర్పరచుకోండి

రెండవ C అంటే "climb."(పైకి లేవండి). వైమానికభాషలో మీరు సాధ్యమైనంత ఎత్తుకు ఎగరాలి అని దీని అర్థం. అప్పుడు మీరు ఇంకా విస్తృతమైన భూభాగాన్ని చూడగలుగుతారు. అప్పుడు బహుశ మీరు ఎక్కడ ఉన్నారో మీకు తెలియవచ్చు.

మీ వ్యక్తిగత జీవితంలో, వాణిజ్య జీవితంలో మీరు ప్రస్తుతం ఉన్న పరిస్థితినుంచి ఒక అడుగు వెనక్కు వేసి, మీ పరిస్థితి, మీ సమస్యలు నిష్కర్షగా, నిజాయితీగా, పరిశీలించటం. అదే మీ రెండవ C. మిమ్మల్ని మీరే సంప్రదించండి. ఇంతకుమునుపు మనం చూసినట్లు, ప్రయోజనకరమైన ప్రశ్నలు అడగండి. నిష్పక్షపాతంగా ఆలోచించండి. పొరబాట్లు జరిగినపుడు – పొరబాట్లు జరుగుతూనే ఉంటాయి –మీ భావేశాలలో బందీలు కాకండి.

ఆ సమయంలో మీరు ప్రశాంతంగా, నిశ్చింతగా, నిర్భయంగా ఉండండి. అప్పుడే మీరు మనసు ఏకాగ్రం చేసి, తాపీగా ఆలోచించి సమస్యను పరిష్కరించ గలుగుతారు.

నిజాయితీ, ముక్కుసూటి

మూడవ C అంటే "confirm."(ధృవపరచండి). మీరు ఎవరో, మీకు ఎదురుగాఏమి కనబడుతున్నదో దగ్గరలో ఉన్న రేడియో టవర్ కు చెప్పండి. ఆపరేటర్ ప్రశ్నలకు మీకు తెలిసినంతవరకు నిజాయితీగా,ప్రయోజనాత్మకంగా సమాధానం చెప్పండి. ఏదీ దాచకండి, వదలకండి. ఆపరేటర్ కు ఎంత వివరమైన సమాచారం దొరికితే అంతబాగా మీకు సహాయపడి మిమ్మల్ని భద్రంగా ఇంటికి చేర్చగలుగుతారు.

జీవితంలో ఎప్పుడైనా, ఏకారణం చేతనైనా మీరు దారితప్పితే వెంటనే దానిని సంబంధించిన వారందరికీ చెప్పండి. మీకు వ్యాపారంలో సమస్య ఎదురయితే, మీ పనివారందరికీ ఆ విషయం వివరంగా చెప్పండి. అది పరిష్కరించటానికి మీరు ఏమి చెయ్యబోతున్నారో కూడా స్పష్టంగా చెప్పండి. మీ ఉత్పాదనలో గాని, సరఫరాలోగాని సమస్య ఎదురయితే వెంటనే మీ ఖాతాదారులను పిలిచి ఏమి జరుగుతున్నదో వారికి చెప్పండి. దాపరికం లేకుండా చెప్పండి. ముఖ్యమైన సమాచారం దాచకండి.

జీవితంలో, వ్యాపారంలో పరమసత్యం ఏమిటంటే, ప్రతి ఒక్కరికీ ప్రతి ఒక్కవిషయమూ తెలుసు. రహస్యాలు అంటూ ఏమీ లేవు. ఏదైనా జరిగిన వెంటనే ఆ విషయం ఒకరినుంచి మరొకరికి పాకుతుంది. పుకార్లు శరవేగంతో వ్యాపిస్తాయి. దుర్మార్గుల చేతికి చాలా త్వరగా చేరుతాయి. మరొకరిద్వారా వారు వినేలోగా మీరే వారికి చెప్పండి.

బాల్యంలో మీరు ఆటలాడుతూ పక్కింటి కిటికీ బద్దలు చేశారు. అప్పుడు నియమం ఏమిటంటే, అందరికంటే ముందు మీరే ఆవార్త మీ ఇంటికి చేర్చాలి. పొరుగింటివాళ్ళు వచ్చి చెప్పక మునుపే, మీరు వెంటనే ఇంటికి వెళ్లి, అమ్మకో, నాన్నకో చెప్పెయ్యాలి. ఇంకెవరో వచ్చి చెప్పటం, ఇరకాటంలో పెట్టటము అమ్మకూ నాన్నకూ కూడా నచ్చదు.

మీ ఉద్యోగపర్వంలో, వ్యక్తిగత జీవితంలో కూడా అందరికంటేముందు మీరీ వార్తలు ఇంటికి చేరవెయ్యాలి. "ఆశ్చర్యాలు ఉండకూడదు." అనేసిద్ధాంతం అమలు జరపండి. దాపరికం లేకుండా, మీరు నిజాయితీగా ముక్కుసూటిగా చెప్తూ ఉంటే మీరు నిజాయితీపరులని, చిత్తశుద్ధిగలవారని పేరుకెక్కుతారు. జనం మిమ్మల్ని నమ్ముతారు, విశ్వసిస్తారు. మీకు తోడ్పడటానికి సిద్ధంగా ఉంటారు. ఇదంతా ఇంకెవరి ద్వారానోకాక నేరుగా మీ నోటినుంచే విషయం తెలియటంవల్ల కలిగిన పరిణామం. జనం మిమ్మల్ని నమ్మాలి అంటే, మొదట మీరు నమ్మదగినవారుగా ఉండాలి.

అనుభవజ్ఞుల సలహా

నాలిగింటిలో చివరి C "comply." (అనుసరించు). చిన్న ప్లేన్ నడుపుతూ దారితప్పితే, టవర్ ఆపరేటర్ చెప్పినది మీరు తు చ తప్పకుండా ఆచరించాలి. అనుభవజ్ఞులతో మీరు వాదనలు, చర్చలు పెట్టుకోకూడదు. వారిని మించి ఆలోచించటానికి ప్రయత్నం చెయ్యకూడదు. వారి సూచనలు అక్షరాలా పాటించటమే మీ కర్తవ్యం. ప్రస్తుతం ఆ ఆపరేటర్ లక్ష్యం ఒక్కటే. మిమ్మల్ని భద్రంగా నేలకు దించటం. మీ వాణిజ్య జీవితంలో, వ్యక్తిగత జీవితంలోనూకూడా పరిస్థితి ఇంతకు భిన్నం ఏమీ కాదు. మీ బ్యాంకర్లు, లాయర్లు, ఎకౌంటెంట్లు, వాణిజ్యసలహాదార్లను మీరు సలహా అడిగినపుడు, వీరిసలహా మీరు తక్షణం పాటించాలి. మీ ప్రస్తుత పరిస్థితితో

వ్యవహరించటానికి అదే మార్గం. అంటే వారి సలహా గుడ్డిగా అనుసరించుమని అర్థం కాదు. మీకు సవ్యంగా తోస్తే, మీ సమస్య తీర్చగలుగుతుందని మీకు నమ్మకంతోస్తే మాత్రం వెంటనే ఆ సలహా అనుసరించి అమలు పరచాలి.

ఆ సఫలతకు పూర్తి మూల్యం చెల్లించటానికి సిద్దులుగా ఉండండి. శీఘ్రంగా సంపన్నులవాలని, ఉచితంగా ఏదైనా సంపాదించాలని ఆశలు పెట్టుకోకండి. ఏతావాతా చెప్పవచ్చేదేమిటంటే, మీరు మీ లక్ష్యాలు సాధించాలి అంటే, మీవంతు కృషి చెయ్యాలి, తద్వారా వ్యాపారానికి, మీకు ఏదో ఒక ప్రయోజనం కలగాలి. పనిచెయ్యకుండా ప్రతిఫలంకోసం ప్రయత్నం చెయ్యకండి. కష్టపడి పనిచెయ్యకుండా ఏదో పొందాలని ఆశించకండి.

అధ్యాయం పదకొండు

భయాలు జయించండి

ధైర్యమంటే భయానికి ప్రతిఘటన,
భయాన్ని జయించటం భయం లేకపోవటం కాదు.
– మార్క్ ట్వేన్

భయాన్ని జయించి ధైర్యం చెందటం బహుశా జీవితంలో అన్నిటినీ మించిన సవాలు. సర్వకాల సర్వావస్థలలోనూ మానవజాతికి మహాశత్రువు భయమే.

ఫ్రాన్క్లిన్ డి రూజ్వెల్ట్ "మనం భయపడవలసింది భయానికి మాత్రమే." అన్నారు. మనకు ఆదుర్దా, ఒత్తిడి, విచారము కలిగించేది మనం భయపడే వస్తువు కాదు, భయం అనే భావావేశం మాత్రమేనని ఆయన భావం. మీరు ధైర్యం అలవాటు చేసుకొని అచంచలమైన ఆత్మవిశ్వాసం పెంపొందించుకుంటే అవకాశాల మయమైన మరోప్రపంచం మీకు దర్శనమిస్తుంది. మీరు ఈ ప్రపంచంలో దేనికీ భయపడక పోతే, మీరు ఎటువంటి కలలు కనేవారో, ఏమి అయేవారో, ఏమి చేసేవారో ఊహించగలరా?

ధైర్యం అలవాటు చేసుకోండి

అదృష్టవశాత్తూ, మిగతా అన్ని విషయాలలాగానే ధైర్యం కూడా నేర్చుకోవచ్చు. అదెలాగ? పునశ్చరణ ద్వారా. మనం భయపడే దానిని మనం నిరంతరమూ

ఎదుర్కొని, భయాన్ని జయించాలి. అప్పుడే జీవితంలో ఎగుడు దిగుడులు ఎదుర్కొనే ధైర్యం మనకు కలుగుతుంది. మనకు భయం కలిగించే విషయాలు ఏమిటో మనం నిశితంగా గమనించాలి. భయాన్ని జయించి, ధైర్యం పెంచుకోవటానికి అదే మొదటిమెట్టు.

మన భయానికి మూలకారణం బాల్యంలో పరిసరాలు, పరిస్థితులు. ఇక్కడ విధ్వంసక విమర్శ ముఖ్యపాత్ర వహిస్తుంది. దానివల్ల మనకు రెండు విధాలైన భయాలు ఏర్పడుతాయి. మొదటిది వైఫల్య భయం. "నావల్ల కాదు, నావల్ల కాదు, నావల్ల కాదు." అన్న ఆలోచన కలుగుతుంది. రెండవది నిరాకరణ భయం. అది "నేను చేసి తీరాలి, నేను చేసి తీరాలి, నేను చేసి తీరాలి." అన్న ఆలోచనలకు మూలం అవుతుంది.

మనం ఈ భయాలకు లోనైనపుడు, మన డబ్బు పోతుందేమో, సమయం వృధా అవుతుందేమో, మన బాంధవ్యాలు చెదిరిపోతాయేమోనన్న దిగులు పట్టుకుంటుంది. ఇతరుల అభిప్రాయాలకూ, విమర్శలకూ మనం విపరీతంగా స్పందిస్తాం. ఎవరైనా ఏమైనా అనుకుంటారేమోనన్న భయంతో గడ్డకట్టుకుపోయి, ఏమీ చెయ్యకుండా బిగుసుకుపోతాం.

మన భయాలవల్ల మనకు పక్షవాతం వచ్చినంత పనవుతుంది. మన లక్ష్యాలు, మన కలలు అడుగున పడిపోతాయి. ఆ విషయంలో అవసరమైనపని ఏదీ జరుగదు. భయం మనల్ని ఆవహించినపుడు, మనం ప్రతివిషయంలోను సందేహిస్తాం, ఆలస్యం చేస్తాం. ఎటూ నిర్ణయించలేని స్థితికి చేరుతాం. దానితో చెయ్యవలసిన పని వాయిదాలు వేస్తాం. ఆ పని చెయ్యకుండా ఉండటానికి సాకులు, వంకలు వెతుకుతాం. "నేను చెయ్యాలి, కాని చెయ్యలేను" అనీ "నేను చెయ్యలేను, కాని చేయాలి." అనే ద్వంద్వంలో ఇరుక్కుపోయి నిరాశా నిస్పృహల పాలవుతాం.

ఎంత ఎక్కువ తెలిస్తే అంత తక్కువ భయం

అజ్ఞానంవల్ల కూడా భయం కలుగుతుంది. మనకు తగినంత సమాచారం తెలియకపోతే, సందేహాలు మనలను పట్టి పీడిస్తాయి. అప్పుడు మనం ఏమిచేస్తే ఏమిజరుగుతుందోనన్న భయంలో బిగుసుకుపోతాం, అపాయం మనఎదుట తాండవమాడుతూ ఉంటుంది. మన అజ్ఞానంవల్ల, మార్పు అంటే

మనకు భయం. తెలియని దానిని గురించి భయం. అందుచేత కొత్త బాట అనుసరించటానికీ, మరోవిధంగా చెయ్యటానికీ మనం విముఖుల మవుతాం.

దీనికి విపర్యయం కూడా వాస్తవమే. ఒక విషయాన్ని గురించి మన సమాచారం అధికమైన కొద్దీ, మేలైన సమాచారం దొరికినకొద్దీ ఆ రంగంలో మన ధైర్యము, ఆత్మవిశ్వాసము పెరుగుతాయి. మీ నిజజీవితంలోనే ఈ వాస్తవాన్ని దర్శించవచ్చు. మీకు తెలిసినపని చేస్తున్నపుడు మీకు భయం అంటూ కలుగదు. ఏమి జరిగినా సరే సమర్థించుకురాగలను అనే ధైర్యము, సామర్థ్యము మీరు అనుభూతి చెందుతారు.

అస్వస్థత, అలసట భయానికి మరి రెండు కారణాలు. మీరు అలిసిపోయి ఉన్నా, అనారోగ్యంగా ఉన్నా శారీరకంగా బలహీనంగా/ నీరసంగా ఉన్నా మీకు భయాలు, సందేహాలు ఎక్కువ అవుతాయి. ఆరోగ్యంగా, శక్తి ఉత్సాహాలతో గలగలమంటున్నపుడు ఆ భయము, సందేహాలు, ఉండవు.

భయాలు, విశ్లేషణ

మీకు భయం కలిగించే ముఖ్యమైన అంశాలు గుర్తించిన తర్వాత, మీ భయాల నిర్వచనం, విశ్లేషణ తర్వాతి పని.

ఒక తెల్లకాగితంమీద పైన "నేను దేనిని గురించి భయపడుతున్నాను?" అని వ్రాయండి. తెలివితేటలు ఉన్నవారందరూ ఏదో ఒకదానిని గురించి భయపడుతుంటారని గుర్తుఉంచుకోండి. మీరు శారీరికంగా, మానసికంగా, ఆర్థికంగా భద్రతను గురించి చింతించటం సహజం, సాధారణం. దానికితోడు మీకు ఆప్తులైనవారి భద్రతను గురించికూడా మీకు చింత ఉంటుంది. ధైర్యస్థులు అంటే నిర్భయులు అని అర్థం కాదు. మార్క్ ట్వేన్ చెప్పినట్లు, "ధైర్యం అంటే భయానికి నిరోధం, భయాన్ని అధిగమించటం – భయం లేకపోవటం కాదు."

ఇక్కడ మీరు భయపడుతున్నారా లేదా అన్నది ప్రశ్న కాదు. మనమందరమూ భయపడుతాం. ఆ భయం కలిగినపుడు మీరు ఎలా వ్యవహరిస్తారు అన్నదే ప్రశ్న. భయం ఉన్నాకూడా ముందడుగు వేసేవారు ధైర్యస్థులు. ఇక్కడ ఒక ముఖ్యవిషయం ఉన్నది: మీ భయాలు ఎదుర్కొని మీరు ముందడుగు వేసినపుడు, మీ భయాలు తగ్గుముఖం పడతాయి, మీ

ఆత్మవిశ్వాసము, ఆత్మగౌరవము పెరుగుతాయి. ఎమర్సన్ వ్రాసినట్లు, "మీరు దేనికి భయపడుతారో, ఆపని చెయ్యండి. అప్పుడు భయం అంతమవుతుంది."

దీనికి విపర్యయం కూడా వాస్తవమే. మీరు భయపడేదాన్ని తప్పించుకు తిరుగుతే, మీ భయాలు పెరుగుతాయి. మీ జీవితాన్ని శాసించ సాగుతాయి. మీ భయాలు పెరిగినకొద్దీ, మీ ఆత్మ గౌరవం, ఆత్మ విశ్వాసము, ఆత్మాభిమానమూ అదే మోతాదులో తగ్గుముఖం పడుతాయి.

జాబితా

మీ భయాల జాబితా వ్రాయండి. మీ భయాలకు, ఆదుర్దాకు, ఒత్తిడికి వెనక ఉన్న కారణాలు చిన్నా పెద్దా అన్నీ ఏదీ వదిలిపెట్టకుండా ప్రతిఒక్కటీ వ్రాయండి. మీ ఉద్యోగం, వ్యక్తిగత జీవితం ఆలోచించండి. మీ భయాలవల్ల మీరు ఇష్టంలేక పోయినా అదే ఉద్యోగంలో కొనసాగుతూ ఉండవచ్చు, నచ్చక పోయినా అదే బాంధవ్యములో కొనసాగుతూ ఉండవచ్చు. విఫలం అవుతామేమోనన్న భయము, తిరస్కరిస్తారేమోనన్న భయము అన్నిటినీ మించిన భయాలు, సర్వసాధారణమైన భయాలు.

విఫలమవుతామేమోనన్న భయంతో కొందరు తమతప్పులు కప్పి పుచ్చుకోవటానికి శాయశక్తులా ప్రయత్నిస్తారు. తిరస్కారానికి గురవుతామేమోనని భయపడేవారు ఎదుటివారు ఏమనుకుంటారోనన్న భయంతో స్వతహాగా ఏపనీ చెయ్యటానికి సమర్థులు కారు. ఎవరో ఒకరు ఆమోదిస్తారనే భరోసా కలిగేవరకూ వారు ఎటువంటి నిర్ణయమూ చెయ్యరు.

మీ ఆలోచనను, ప్రవర్తనను ప్రభావితం చేస్తున్న భయాల జాబితా వ్రాసిన తర్వాత, ఆ భయాలన్నీ ప్రాముఖ్యత ననుసరించి వరుసగా వ్రాయండి. వీటిలో అత్యధిక ప్రభావం చూపుతున్న భయం ఏది? అన్నిటికంటే ఎక్కువగా మిమ్మల్ని వెనక్కు లాగుతున్న భయం ఏది? దానితర్వాత రెండవ భయం ఏది? ఆ తర్వాత మూడవది?

మీ భయాలు తటస్థంగా పరీక్షించండి

అన్నిటినీ మించిన భయం విషయంలో ఈ మూడు ప్రశ్నలకు సమాధానాలు వ్రాయండి:

1. ఈ భయం నన్ను జీవితంలో ఎలా వెనక్కు లాగుతున్నది?
2. ఈ భయం ఎలా సహాయకారి అవుతుంది? (గతంలో నాకు ఎలా సహాయపడింది)?
3. ఈ భయం వదిలించుకోవటానికి నేను ఏమి చెయ్యాలి?

కొన్ని సంవత్సరాల క్రితం నేను కూడా ఈ అభ్యాసం చేశాను. నాకు అన్నిటినీ మించిన భయం పేదరికం అని నిశ్చయించాను. కావలిసిన డబ్బు ఉండదేమోనని భయం. దివాలా తీస్తానేమోనని భయం. రోడ్డుమీద పడుతానేమోనని భయం. ఈ భయం నా బాల్యంలోనుంచి పుట్టుకు వచ్చిందని నాకు తెలుసు. నా తల్లిదండ్రులు ద్రవ్యోల్బణ సమయంలో పెరిగారు. వాళ్ళు నిరంతరమూ డబ్బునుగురించే చింతపడుతూ ఉండేవారు. నా మూడవ దశకంలో నేను చాలాసార్లు దివాలా తీశాను. దానితో ఈ భయం మరీఎక్కువ అయింది. ఈ భయానికి కారణం ఏమిటో నేను నిష్పక్షపాతంగా నిర్ణయించాను. అయినా అది నన్ను వదలలేదు. నా అవసరాలు అన్నిటికీ నాకు కావలసినంత డబ్బు చేతిలో ఉన్నాకూడా, ఈ భయం నన్ను వెంటాడుతూ ఉండేది.

కీలక ప్రశ్నలు అడగండి

మొదటి ప్రశ్న, "ఈ భయం జీవితంలో నన్ను ఎలా వెనక్కు లాగుతున్నది?" కు డబ్బుతో రిస్క్ తీసుకోవటానికి నాకు భయం/ఆదుర్దా పుడుతున్నది అని నా సమాధానం. కనుక భద్రమైన ఉద్యోగం చూసుకోవటం కర్తవ్యం అయి కూర్చున్నది. అవకాశం కంటే భద్రత పెద్దపీట వేసుకున్నది.

రెండవ ప్రశ్న, "ఈ భయం నాకు ఎలా సహాయకారి కాగలదు?" కు సమాధానంగా పేదరిక భయం తప్పించుకోవటానికి నేను అందరికంటే ఎక్కువసేపు పనిచేసేవాడిని, అందరికంటే కష్టపడి పనిచేసేవాడిని. నా నిశ్చయం దృఢతరం, నా వెనక ప్రచోదనం అంతకంటే ప్రబలం. డబ్బు సంపాదించటానికి, పెట్టుబడి పెట్టటానికి ఉన్న మార్గాలన్నీ తెలుసుకోవటానికి నేను చాలా సమయం వ్యయం చేశాను. పేదరికం అంటే నాకు ఉన్న భయం నన్ను ఆర్థిక స్వాతంత్ర్యం ముందుకు తోసింది.

మూడవ ప్రశ్న, "ఈ భయం వదిలించుకుంటే నాకు కలిగే ప్రయోజనం ఏమిటి?" కు జవాబుగా, నేను రిస్క్ తీసుకోవటానికి నేను సంసిద్ధుడిని

అవుతాను అని వెంటనే స్ఫురించింది. నేను నా ఆర్థిక లక్ష్యాలు ఇంకా ఉధృతంగా వెంటాడుతానని తెలిసింది. నేను నా స్వంతవ్యాపారం మొదలు పెడతాను. ఖర్చు ఎక్కువ అవుతున్నదనీ, చేతిలో డబ్బులేదనే దిగులు, చింతా తగ్గుతాయి. ప్రతి ఒక్క వస్తువు ధరను గురించీ వ్యధచెందుతూ కూర్చోను.

నాకు ఉన్న అతిపెద్దభయం ఈ విధంగా విశ్లేషించిన తర్వాత, దాని నిర్మూలనకు మార్గం వెతకసాగాను. నేను "భయాన్ని శక్తిగా మార్చాను." (ప్రేరణాత్మక వక్త టోనీ రాబిన్స్ ఇదే చెప్తారు). ఆ పని మీరుకూడా చెయ్యవచ్చు.

ధైర్య లక్షణం అభ్యాసం

మీకు ఏ విధమైన ధైర్యము, ఆత్మవిశ్వాసము కావాలో నిశ్చయించి, ఆ మార్గంలో భయాన్ని నిర్మూలిస్తూ, ధైర్యాన్ని పెంపొందించవచ్చు. మీరు ఏదైనాసరే పదేపదే అభ్యాసం చేస్తే అదే ఒక అలవాటుగా మారుతుంది.

ఐహిక సఫలతకు విశ్వాసపూర్వకంగా మీ లక్ష్యం దిశగా అడుగు ముందుకు వెయ్యటానికి, మొదలుపెట్టటానికి, ఆరంభించటానికి ధైర్యం కావాలి. ఇదే అన్నిటికంటే ముఖ్యమైన ధైర్యం. ఒక కొత్త ప్రయత్నం, విభిన్న ప్రయత్నం చెయ్యటానికి, మీ సుఖలోల డోలలోనుంచి బయటపడటానికి, కావలసిన ధైర్యం. ఇక్కడ సఫలతకు ఎటువంటి గ్యారంటీ లేదు.

రాబర్ట్ రాన్స్టాడ్ట్ బాబ్సన్ కాలేజ్ లో వ్యవస్థాపక ఆచార్యులుగా పన్నెండు సంవత్సరాలు పనిచేశారు. ఆయన తన MBA విద్యార్థులు తర్వాతి జీవితంలో ఎలా సఫలురు అయ్యారో తెలుసుకునే ప్రయత్నంలో ఒక అధ్యయనం చేశారు. తన విద్యార్థులలో కేవలం పదిశాతంలోపు మాత్రమే స్వంత వ్యాపారాలు మొదలుపెట్టి, సఫలత సాధించారని తెలిసి ఆయన అవాక్కు అయ్యారు. మిగిలిన వారందరూ ఇతర సంస్థలలో పని చేస్తున్నారు. ఏదో ఒకనాడు వ్యాపారం ప్రారంభించి వ్యవస్థాపకులు కావాలని వారు ఇంకా కలలు కంటూనే ఉన్నారు. ఈ రెండు బృందాల మధ్య వ్యత్యాసం ఏమిటి అంటే ఎలా చెప్పటం?

సఫలత సాధించిన ఆ వ్యవస్థాపకులందరిలోను ఆయనకు ఒకేఒక సామాన్య లక్షణం దర్శనం ఇచ్చింది. దేనికోసమో కాచుకొని ఉండక, స్వంత వ్యాపారాలు మొదలు పెట్టటం వారి అభిమతం. రాన్ స్టాడ్ట్ దీనికి "కారిడార్

ప్రిన్సిపుల్" అని నామకరణం చేశారు. ఈ వ్యవస్థాపకులు వరండాలో నడిచినట్లు తమతమ వ్యాపారాలలో ముందుకు సాగుతూ ఉంటే అవకాశాల ద్వారాలు తెరుచుకున్నాయి. ముందడుగు వేసిఉండకపోతే వారికి ఆ అవకాశాలు దర్శనం ఇచ్చేవి కావు.

ఆయన వ్యవస్థాపక కార్యక్రమంలో ఉత్తీర్ణులయి, తాము నేర్చుకున్న ఆ విద్యను వినియోగించనివారు, సవ్యమయిన సమయము, పరిస్థితులు, అవకాశాలకోసం ఇంకా కాచుకుకూర్చోని ఉన్నారు. పరిస్థితులు చక్కబడిన తర్వాత ఆరంభించాలని వారి ఆలోచన. వారికి తాము మొదలుపెట్టిన కార్యం సిద్ధించి తీరుతుంది అనే భరోసా కావాలి. అంతవరకూ వారు ఆ అనిశ్చిత వరండా ప్రవేశించి నడక ప్రారంభించటానికి విముఖులు గా ఉన్నారు. వారు ఆశించే భరోసా ఒక ఎండమావి. అది అసంభవం.

సాహసికులదే భవిష్యత్తు

భవిష్యత్తు సాహసికుల సొమ్ము. భద్రతా తాళాలు పట్టుకు కూర్చునేవారి సొమ్ము కాదు. ఇక్కడ జీవితం వక్రబుద్ధి. మీరు భద్రతను ఎంత వెంటాడితే అది అంత కరువవుతుంది. మీరు అవకాశాలను ఎంతగా వెంటాడితే మీరు ఆశించే భద్రత సాధించే అవకాశం అంత ఎక్కువగా పెరుగుతుంది.

మీకు భయము, ఆదుర్దా కలిగాయి. ఇప్పుడు మీకు ధైర్యం కావాలి. అప్పుడు మీ ధ్యాస మీ లక్ష్యాలవైపు మళ్ళించండి. మీ లక్ష్యాలు సిద్ధించినట్లు దర్శించండి. మీరు ఆశించినస్థాయికి మీరు ఎదిగారని, మీరు కలగన్న జీవితం మీరు ఇప్పుడు అనుభవించి ఆనందిస్తున్నారని భావించండి.

మీ చేతనామానసం ఒక సమయంలో ఒక ఆలోచన మాత్రమే – అది కోరికతీరే ఆలోచన కావచ్చు, లేదా భయవిహ్వలమైన ఆలోచన కావచ్చు – చెయ్యగలదు. మీరు నిత్యనిరంతరంగా మీ లక్ష్యాలను గురించి మాత్రమే ఆలోచించి, మాట్లాడే క్రమశిక్షణ అలవరుచుకుంటే మీ భయాలను న్యూనపరిచి పారదోలుతారు. మీ లక్ష్యాలు సాధించటం ఎలాగా అన్న విషయంమీద ఏకాగ్రం చేస్తే, మీ విశ్వాసము, ధైర్యము పెరుగుతాయి. మీ భావావేశాలు, మీ భవిష్యత్తు మీ అదుపులో ఉంటాయి.

ఏకాగ్రత న్యాయం "మీరు దేనిని గురించి ఆలోచిస్తే, మీ జీవితంలో అదే పెరిగి, విస్తరిస్తుంది. మీ లక్ష్యాలను గురించి ఎంత ఆలోచిస్తే అంతగా మీరు మీ లక్ష్యాలు సాధిస్తారు.

ధైర్యం అభివృద్ధి

జయప్రదము, ఆనందమయము అయిన జీవితానికి భయాన్ని జయించటం, ధైర్యం అభివృద్ధి అత్యవసర పూర్వలక్షణాలు. ధైర్యమే ఒక లక్షణంగా అభివృద్ధి చేసుకోవటానికి మీరు బద్ధులైతే, భయాలు మిమ్మల్ని ఏమీ చెయ్యలేవు. మీ నిర్ణయాలలో అవి ఇక ప్రవేశించలేవు.

మీ లక్ష్యాలు సవాళ్ళమయం. తలుచుకుంటేనే మీకు ఉద్రేకం కలుగుతుంది. వాటిని సాధిస్తామనే విశ్వాసం మీలో ఉంటుంది. మీరు ప్రతి పరిస్థితినీ ప్రశాంతంగా, ఆత్మవిశ్వాసంతో ఎదుర్కుంటారు. మిమ్మల్ని ఎవరూ ఆపలేరు.

అధ్యాయం పన్నెండు

సాధించే వరకూ పట్టుపట్టండి

అత్యుత్తములలో ఒకరు కావటానికి నిశ్చయించండి;
మీరు మీ రంగంలో – అది ఏ రంగం అయినా కానీయండి –
అత్యుత్తములలో ఒకరు అయితే,
కావలిసినంత సొమ్ము తనంతట తానే వస్తుంది.

డాన్ జి మిషెల్

సఫలతకు కావలసిన అత్యంత ముఖ్యలక్షణం స్వయంశిక్షణ. స్వయంశిక్షణ అంటే మీకు ఇష్టం ఉన్నా లేకపోయినా, మీరు ఎప్పుడు ఏ పని చెయ్యాలో, అప్పుడు ఆ పని చెయ్యటం. మీ స్వభావం, మీ సంకల్పశక్తి ననుసరించి ఈ సామర్థ్యం మీలో ఉండాలి.

మీరు ఉత్సాహంతో ఒక నిర్ణయం చేస్తారు. ఆ ఉత్సాహం సద్దుమనణిగిన తర్వాత ఆ నిర్ణయం అమలు పరచటమే మీ స్వభావం. ఇక్కడ మీరు ఏమి నేర్చుకున్నారన్నది ముఖ్యం కాదు. మీరు లక్ష్యం చేరేటంతవరకూ మిమ్మల్ని మీరు ఆ లక్ష్యానికి అంకితం చేసుకుని, అందుకు అవసరమైన మూల్యం ఎన్నిసార్లయినాసరే చెల్లిస్తారా లేదా అన్నదే మీ స్వభావం. మీ ప్రయాణంలో అడుగడుగునా మీ స్వయంశిక్షణ అవసరం.

మొట్టమొదటగా మీ లక్ష్యాలు నిర్ణయించుకోవటానికి మీకు స్వయంశిక్షణ కావాలి. ఆ లక్ష్యాలు సాధించటానికి అవసరమైన పథకాలు రచించటానికి స్వయంశిక్షణ కావాలి. కొత్త సమాచారం అందినపుడల్లా, మీ

పథకాలు సమీక్షించి మెరుగు పరచటానికి స్వయంశిక్షణ కావాలి. ప్రతిరోజూ ప్లాన్ చేసి, మీ సమయం ఎలా వినియోగించాలో నిర్ణయించి, అత్యంత ముఖ్యమైన పనులమీద ఏకాగ్రం చెయ్యటానికి స్వయంశిక్షణ కావాలి.

ప్రతిరోజూ వ్యక్తిగతంగాను, వృత్తిపరంగాను మీరు అభివృద్ధి చెందటానికి, మీకు సాధ్యమైన లక్ష్యాలు సాధించటానికి అవసరమైన విషయాలు నేర్చుకొవటానికీ, మీకు స్వయంశిక్షణ అవసరం. ఉద్యోగజీవితంలో, లేదా పనిచేస్తున్న కాలంలో మీరు తగిన పెట్టుబడులు పెట్టి ఆర్థికస్వాతంత్ర్యం సాధించాలి. కనుక అందుకు అవసరమైన డబ్బు ఆదాచెయ్యటానికీ, అందుకుగాను మీ కోరికలు తీరటంలో కలిగే ఆలస్యానికీ మీకు స్వయంశిక్షణ కావాలి. మీ ఆలోచనలు మీ సందేహాలకు, భయాలకూ పట్టుబడకుండా మీ లక్ష్యాలమీద, మీ కలలమీద ఏకాగ్రమై ఉండటానికి స్వయంశిక్షణ కావాలి. ఎదురుదెబ్బలు తగిలినపుడు, సమస్యలు ఎదురైనపుడు, ఆగ్రహించి, కుంగిపోకుండా సుముఖంగా, సృజనాత్మకంగా స్పందించటానికి స్వయంశిక్షణ కావాలి.

పట్టుదల, స్వయంశిక్షణ

పరిస్థితులు విషమంగా ఉన్నపుడు పట్టుదలతో కొనసాగించటమే స్వయంశిక్షణ మహోన్నత ప్రదర్శన. పట్టుదల అంటే స్వయంశిక్షణ కార్యదీక్ష. మనిషి వ్యక్తిత్వానికి పట్టుదలే ఉత్తమ కొలమానం. మీ ఆత్మవిశ్వాసానికీ, లక్ష్యాలు సాధించటంలో మీ సామర్థ్యానికీ మీ పట్టుదల అసలైన కొలమానం.

ప్రతికూల పరిస్థితులు, నిరాశ ఎదురైనపుడు మీరు పట్టుదల చూపితే, ఆ పట్టుదల మీకు ఒక అలవాటుగా మారుతుంది. అప్పుడు మీ వ్యక్తిత్వానికి అతిశయము, శక్తి, ఆత్మాభిమానమూ, తోడవుతాయి. మీరు ఇంకా ధృఢనిశ్చయులుగా, శక్తివంతులుగా ఎదుగుతారు. పట్టుదలద్వారా మీ స్వయంశిక్షణ మెరుగుపడుతుంది. మీ సఫలత శిలాశాసనంలాగా స్థాపిత మవుతుంది. అప్పుడు మీబాటలో ఎటువంటి అవాంతరాలు ఎదురైనా ఆ ఒక్క లక్షణము మిమ్మల్ని ముందుకు నడిపిస్తుంది.

చరిత్రలో ఐతిహాసిక కీర్తి సాధించిన స్త్రీ పురుషుల ఘనవిజయాలన్నీ ఈ పట్టుదల విజయగాథలే. ఘనకీర్తి గడించిన స్త్రీ పురుషులందరూ తమ

విజయపతాకాలు ఎగరవేసే ముందు విపరీతమైన పరీక్షలకు, విపత్తులకు గురి అయి సహించారు. అచంచలమైన వారి నిశ్చయమే వారికి ఎనలేని ఘనతను సంపాదించి పెట్టింది.

పట్టుదల సఫలతకు ముద్ర

సఫలత సాధించిన వాణిజ్యవేత్తలకు, వ్యవస్థాపకులకు తిరుగులేని సంకల్పశక్తి, మొక్కపోని పట్టుదల సహజ లక్షణాలు. ఏ రంగంలోనైనాసరే ఘనత సాధించినవారు ఆ ఘనతకెక్కక మునుపు చాలా సంవత్సరాలకాలం విపరీతమైన ప్రతికూలత భరించి, సహించి, ప్రతిఘటించి ఆ విజయం సాధించారు.

1890 లో అమెరికా విపరీతమైన ద్రవ్యోల్బణంలో ఇరుక్కు పోయింది. దేశవ్యాప్తంగా వ్యాపారాలు కూలిపోయాయి. వేలాదిమంది ఉద్యోగాలు పోయాయి. ఈ ద్రవ్యోల్బణంలో మిడ్ వెస్ట్ లో ఒక వ్యాపారస్తులు తన హోటల్ కోల్పోయారు. ఆయన చేతిలో డబ్బులేదు. కాని సమయం మాత్రం కొల్లలుగా ఉన్నది. దేశమంతటా ఇలా కష్టదశలో ఉన్నా, పట్టుపట్టి ముందుకు సాగాలని ప్రజలను ప్రబోధిస్తూ ఆయన ఒక పుస్తకం వ్రాయాలని నిశ్చయించుకున్నారు.

ఆయనపేరు ఒరిసన్ స్వెట్ మార్డెన్. ఒక గుఱ్ఱాలసావిడి పైన ఒక గది తీసుకుని ఒక సంవత్సరం మొత్తం రాత్రీ పగలు పనిచేసి ఆయన స్వహస్తాలతో ఒక పుస్తకం వ్రాశారు. ఆ పుస్తకం పేరు 'పుషింగ్ టు ది ఫ్రంట్' సఫలత సాధించేవరకూ పట్టినపట్టు వదలకుండా శ్రమించి విజయం సాధించిన లెక్కకందని స్త్రీపురుషుల కథా సంకలం అది.

చివరికి ఆ పుస్తకం పూర్తయింది. ఒక సాయంత్రం, ఆ పుస్తకం పూర్తయిన తర్వాత, చివరిపేజ్ పూర్తిచేసి ఆకలి, అలసటతో వీధిచివర ఉన్న కేఫ్ లో భోజనానికి వెళ్ళారు. ఆయన భోజనంచేస్తూ ఉండగా, ఆ గుఱ్ఱాలసావిడి నిప్పు అంటుకుంది. ఆయన తిరిగి వచ్చేసరికి 5500 పేజీల ఆయన వ్రాతప్రతి మంటలలో బూడిద అయిపోయింది!

ఎన్నడూ పట్టువదలకండి

మొదట్లో ఆయన నిరాశ, నిరుత్సాహాలతో కుంగిపోయారు. అప్పుడు తన

పుస్తకమంతా ప్రతికూల పరిస్థితులలో పట్టుదల ప్రాముఖ్యతను గురించే చెబుతుందని గ్రహించారు. తన అంతరంగ శక్తులు కూడదీసుకుని ఆయన మళ్ళీ తన రచనలోకి వెళ్ళిపోయారు. ఆ పుస్తకం మొదటినుంచీ వ్రాయటానికి మరొక సంవత్సరం దీక్ష వహించారు. అస్త్రసన్యాసం ఆయన నిరాకరించారు.

ఆ పుస్తకం వ్రాయటం పూర్తయాక దానిని ఆయన చాలామంది ప్రచురణకర్తలకు చూపించారు. అప్పటికి ద్రవ్యోల్బణం మూడవ సంవత్సరంలో ఉన్నది. ప్రేరణాత్మకమైన ఆ పుస్తకంపట్ల ఎవరూ ఆసక్తి కనబరచలేదు. ఆయన ప్రశాంతంగా ఆ నిరాకరణ స్వీకరించారు. పరిస్థితులు మెరుగు పడేవరకూ నిరీక్షించటానికి నిశ్చయించుకున్నారు. ఆయన చికాగోకు కదిలి అక్కడ ఒక ఉద్యోగంలో చేరారు.

ఒకనాడు ఆయన తన పుస్తకాన్ని గురించి ఒక స్నేహితుడికి చెప్పారు. ఆ మిత్రుడికి ఒక ప్రచురణకర్త తెలుసు. ఆ ప్రచురణకర్త ఆ పుస్తకం చదివి ఉద్రిక్తులయారు. ఈ ద్రవ్యోల్బణ తరుణంలో – ఆ మాటకు వస్తే ఎప్పుడైనాసరే – జనానికి కావాల్సింది ఈ పుస్తకమేనని ఆయన ధృఢవిశ్వాసం. 'పుషింగ్ టు ది ఫ్రంట్' ప్రచురణ అయింది. వెంటనే అత్యున్నతంగా అమ్ముడు పోయింది. అది వేలాదిమందికి ప్రేరణకు, ఉత్సాహానికి మూలమయింది.

ప్రముఖ వాణిజ్యవేత్తలు, పేరుపొందిన రాజకీయవేత్తలు 'పుషింగ్ టు ది ఫ్రంట్' పుస్తకమే అమెరికాను ఇరవయ్యవ శతాబ్దిలోకి తీసుకు వచ్చిందంటారు. దేశవ్యాప్తంగా బృహన్నిర్ణయాలుచేసే పెద్దలందరినీ ఆ పుస్తకం విపరీతంగా ప్రభావితులను చేసింది. వ్యక్తిగత ప్రగతికి ప్రేరేపించే ఆ నాటి పుస్తకాల చరిత్రలో ఆ రచన ఏకైక మహోత్తమ కళాఖండంగా ప్రఖ్యాతి పొందింది. హెన్రీ ఫోర్డ్, థామస్ ఎడిసన్, హార్వే ఫైర్ స్టోన్, జె.పి మోర్గన్ వంటి మహామహులు ఆ పుస్తకం చదివి ఆకళింపు చేసుకున్నారు.

బయలుదేరండి, కొనసాగండి

ఆరిజన్ స్వెట్ తన రచనలో, "సఫలత సాధించాలంటే అత్యవసరమైన లక్షణాలు రెండు ఉండాలి. ఆ పని 'చేపట్టటం' మొదటిది. చేపట్టిన ఆ పనికి 'అంటిపెట్టుకొని ఉండటం' రెండవది." అంటారు. పట్టుదలను గురించి వ్రాస్తూ ఆయన "తన శక్తిని గుర్తించిన వారికి, ఓటమి అంటే తెలియని

వారికి, పరాజయం అనేదే లేదు. అప్రతిహతమైన సంకల్పశక్తితో జరిపే ధృఢప్రయత్నానికి పరాజయం అంటూ లేదు. పడిన ప్రతిసారీ లేచే వ్యక్తికీ, రబ్బరు బంతిలా పైకిఎగిరే వ్యక్తికీ, అందరూ చేతులు ఎత్తివేసినపుడు పట్టువదలని వ్యక్తికీ, ప్రతిఒక్కరూ వెనుతిరిగినపుడు ముందుకు చొచ్చుకు పోయే వ్యక్తికీ అపజయం, ఓటమి అంటూ ఉండదు."

మీ మహోన్నతశక్తి – పట్టుదల

అందరికంటే ఎక్కువకాలం మీ కృషికి అంటిపెట్టుకొని ఉండగలగటమే మీ మహోన్నత సంపద. ఆర్థికమాంద్యం విపరీతంగా ఉన్న కాలంలో ఫోర్బ్స మ్యాగజిన్ స్థాపించి ఒక బృహత్ ప్రచురణగా తీర్చిదిద్దిన వ్యక్తి బి సి ఫోర్బ్స. ఆయన "ప్రఖ్యాత విజయాలు సాధించినవారు విజయం చవిచూడక మునుపు హృదయ విదారకమైన అవాంతరాలు ఎదుర్కున్నారు. పరాజయాలవల్ల నిరుత్సాహపడటానికి వారు తిరస్కరించారు. కనుకనే వారు జయించారు." అంటారు.

జాన్ డి రాక్ ఫెల్లర్ స్వయంకృషితో ప్రపంచంలోనే అత్యంత ధనికులుగా ఎదిగిన వ్యక్తిగా ఒకనాడు ప్రఖ్యాతి చెందారు. ఆయన "ఎటువంటి విజయానికైనాసరే పట్టుదలనుమించిన అత్యవసర లక్షణం మరొకటి లేదు. అది దేనినైనా, ప్రకృతినైనాసరే, జయిస్తుంది."

కన్రాడ్ హిల్టన్ ఒక కలగన్నారు. ఆయన లబ్బాక్ (టెక్సాస్) లో ఒక చిన్నహోటల్ ఆరంభించారు. దానిని ప్రపంచంలో అత్యంత సఫలమైన హోటళ్ళసంస్థగా రూపు దిద్దారు. ఆయన "సఫలత కృషితో ముడిపడి ఉన్నది. సఫలురైన వ్యక్తులు ముందుకు సాగుతూనే ఉంటారు. వారూ తప్పులు చేస్తారు. కాని వారుచేస్తున్న పని వదలరు."

నిరాశ అనివార్యం

తెలివైనవారు స్వలాభం కోసమే కృషి చేస్తూ ఉంటారు. వారు తమ దైనందిన కార్యక్రమాలలో ఎదురయ్యే సమస్యలు, కష్టాలు తగ్గించుకోవటానికి సాధ్యమైనదంతా చేస్తూ ఉంటారు. వారెంత ప్రయత్నంచేసినా జీవితంలో నిరాశలు, ఎదురుదెబ్బలు సహజం, సాధారణం. జీవితంలో అవి అనివార్యాలు

కూడా. మామూలుగా మరణము, పన్నులు అనివార్యమని చెబుతూ ఉంటారు. కాని నిరాశకూడా అనివార్యమేనని అనుభవం చెబుతుంది.

మీరు ఎంత ముందాలోచనతో ఎంత సక్రమంగా ఏర్పాటు చేసినప్పటికీ, మీకు జీవితంలో నిరాశలు, ఎదురుదెబ్బలు, ఆటంకాలు లెక్కలేకుండా ఎదురవుతూ ఉంటాయి. మీ లక్ష్యాలు ఎంత ఉన్నతము, ఎంత దుస్తరము అయితే మీ నిరాశలు, కష్టాలు కూడా అంత అధికంగా ఎదురవుతూ ఉంటాయి.

ఇదే విరోధాభాస: ప్రతికూలత ఎదుర్కొని, దానిని పరిష్కరించి, అందులోనుంచి నేర్చుకుంటేనేగాని మీరు ఎదిగి పరిణతిచెంది మీ సంభావ్యశక్తి చేరుకోలేరు. ప్రతిఘటనలు, తాత్కాలిక పరాజయాలు తప్పించుకోవటానికి మీరు శతవిధాల ప్రయత్నిస్తారు. కాని జీవితంలో నేర్చుకోవలసిన ముఖ్యమైన పాఠాలు అక్కడే ఉంటాయి. కనుక ఎంత మీరు ఎంత ప్రతిఘటించినా ప్రతికూలత పిలువకుండానే అనపేక్షితంగా, వద్దన్నా వస్తుంది. కాని ప్రతికూలత లేకుండా ఘనమైన లక్ష్యాలు సాధించగల వ్యక్తిగా మీరు ఎదగలేరు.

ప్రతికూలత ఒక పరీక్ష

చరిత్ర అంతటా మేధావులు ఈ విరోదాభాసనుగురించి చింతన జరిపారు. విలువైనది ఏదైనా సాధించాలంటే, ఆ బాటన ప్రతికూలత ఒక పరీక్ష అని నిర్ధారించారు. గ్రీక్ వేదాంతవేత్త హెరోడోటాస్ "ప్రతికూలత ఒకవ్యక్తిలో శక్తిని, లక్షణాలను వెలికి తెస్తుంది. లేకపోతే అవి ఆ వ్యక్తిలో నిద్రాణమై ఉంటాయి." అంటారు. మీరు కఠినాతికఠినమైన సవాళ్లు ఎదుర్కొని వాటికి సుముఖంగా, నిర్మాణాత్మకంగా స్పందిస్తే, మీలోని శక్తి, ధైర్యము, ప్రవర్తన, పట్టుదల అత్యున్నత స్థాయిలో వెలువడుతాయి.

ప్రతిఒక్కరికీ అడుగడుగునా కష్టాలు ఎదురవుతూ ఉంటాయి. సాహసించిన సాధకులు మాత్రమే తమ ప్రతికూలతను ఉపయోగించి శక్తివంతులవుతారు. సాహసించనివారు కష్టాలు, ప్రతికూలత ఎదురైనపుడు నిరుత్సాహపడి ఖిన్నులై ప్రయత్నం విరమించుకుంటారు.

వైఫల్యానికి అడుగు దూరాన సఫలత

మీ ఘనపరాజయాలు మిమ్మల్ని "ఎందుకు వచ్చిన గోల! వదిలేయ్!" అంటూ ఘోషిస్తూ ఉంటాయి. అవి దాటిన తర్వాత మీ ఘనాతిఘన విజయాలు ఒక్క అడుగుదూరంలో ఎదురవుతాయి. నిరాశ నిస్పృహలు ఎదురైనపుడు, ఇక చెయ్యవలసింది, చెయ్యగలిగింది ఏమీలేదని ప్రతిధ్వనిస్తునపుడు, పట్టువదలక కొనసాగితే వారు ఊహించని విజయాలు సాధించారు చరిత్రకెక్కిన స్త్రీపురుషులందరూ. వారికదే అత్యాశ్చర్యం. పట్టుదలలో చివరి ఘట్టాన్ని "పట్టుదల పరీక్ష" అన్నారు. ఘనవిజయాల కన్నిటికీముందు ఇది ఉండితీరుతుంది.

హెచ్ రాస్ పెరోట్ అమెరికా చరిత్రలోనే స్వయంకృషితో అత్యధిక సఫలత సాధించిన వ్యవస్థాపకులు. ఆయన EDP ఇండస్ట్రీస్ 1000 డాలర్ల పెట్టుబడితో మొదలుపెట్టి,దానిని దాదాపు 3 బిలియన్ డాలర్ల సంపదగా వృద్ధిచేశారు. ఆయన "విజయం సాధించబోయే క్షణంలో దాదాపు అందరూ తమప్రయత్నాలు వదిలేస్తారు. ఒక గజందూరంలో ఉండగా అంతా వదిలేసి శలవు తీసుకుంటారు. ఆట ఆఖరు క్షణంలో, విజయం ఒక అడుగుదూరాన ఉండగా, వారు చేతులు ఎత్తేస్తారు." అంటారు.

ఏది ఏమైనాసరే భరించి, పట్టువదలకుండా ఉండటం విజేత లక్షణం. పట్టుదల అంటే పరాజయం ఎన్నిసార్లు ఎదురైనా వదలకుండా ఎంతకష్టంలోనైనాసరే ముందుకు చొచ్చుకు పోయే సమర్ధత. అజ్ఞాత రచయిత వ్రాసిన గేయం ఒకటి ఉన్నది. ఇది ప్రతి ఒక్కరూ చదివి, కంటస్థంచేసి నిత్యమూ పారాయణం చెయ్యదగిన – ముఖ్యంగా ప్రయత్నం విరమించాలి అనిపించినపుడు, వదిలి వెళ్ళాలి అనిపించినపుడు – గేయం. ఈ గేయం శీర్షిక "డోంట్ క్విట్."

విరమించకు

తప్పులు జరిగినప్పుడు, కొన్నిసార్లు జరుగుతాయి
నీబాట అంతా కొండ ఎగబాకటమే అనిపించినపుడు
డబ్బులు తక్కువ, అప్పులు ఎక్కువ అయినపుడు
నవ్వాలన్న నీ ఆశలోనుంచి నిట్టూర్పు వస్తుంది
బాధ్యలబరువు నిన్ను కుంగదీస్తున్నది
కావలిస్తే విరామం: విరమణ మాత్రం కాదు
మలుపులు, మెలికలతో జీవితం విచిత్రం
మనలో ప్రతిఒక్కరము నేర్చుకుంటాం
చాలా పరాజయాలు రూపు మారుతాయి
అంటిపెట్టుకొని ఉంటే జయం నీదే
నడక నిదానమని చేయి వదలకు
మరొక్క దెబ్బ, జయం నీదే కావచ్చు
పరాజయం తిరగేస్తే జయం అవుతుంది
అనుమానాలు వెండిమబ్బులు
ఎంత చేరువలో ఉన్నావో నీవెరుగవు
బహుదూరమనిపించేది అతిచేరువ కావచ్చు
కనుక పెద్దదెబ్బ తగిలినా పోరుసాగించు
పరిస్థితులు విషమం కావచ్చు
కాని నువ్వు మాత్రం విరమించకు

ముగింపు

సఫలత యాదృచ్ఛికం కాదు

నిరీక్షించకండి. సరయిన సమయం అంటూ ఏమీ లేదు.
మీరు ఉన్నచోటినుంచి బయలుదేరండి.
మీ చేతఉన్న పరికరాలతో పని మొదలుపెట్టండి.
మీరు కొనసాగుతుంటే మేలైన పరికరాలు కనబడుతాయి.

– నెపోలియన్ హిల్

ఎక్లేసియాట్స్ గ్రంధం "వివేచన ముఖ్యమైన విషయం. కనుక వివేచన సంపాదించండి. దానితో అవగాహన సంపాదించండి." అంటుంది. వివేచన సాధించటమే మనిషి కర్తవ్యమని యుగయుగాలుగా జనాభిప్రాయం. జీవితంలో ఉన్నత వివేచనాస్థాయి చేరుకున్నవారినే, వారు ఇప్పుడు ఉన్నా లేకపోయినా, మనం ఆదరిస్తాం, శ్లాఘిస్తాం.

మన జీవితంలో గోతులు, అగడ్తలు తప్పించుకొని మన లక్ష్యాలు శీఘ్రంగా సాధించే ప్రయత్నంలో సలహాకోసం, మార్గదర్శనం కోసము, అనుభవంతో వివేచన సంపాదించినవారి దగ్గరికే వెళ్తాం.

అరిస్టాటిల్ "అనుభవము, పర్యాలోచన వెరసి వివేచన." అని వ్రాశారు. మీరు వివేచన అభివృద్ధి పరుచుకోవాలంటే, మీకు అనుభవాలు కావాలి. అప్పుడు వాటిమీద, ప్రతిఒక్క అనుభవంలోను ఇమిడిఉన్న భావము, అంతర్ దృష్టి, సారాంశము పర్యాలోచన చెయ్యాలి.

భావి - మీరు

చాలా డబ్బు సంపాదించాలనీ, ఆర్థికంగా స్వతంత్రులు కావాలనీ అందరికీ కలలు, కోరికలు, లక్ష్యాలు ఉంటాయి. ఏదో ఒకనాడు మిలియనీర్ కావాలని ప్రతివారూ కలలు కంటారు. ఈ లక్ష్యం అందరికీ సాధ్యమే. అందుకు మీ కోరిక దృఢముగా ఉండాలి, చిరకాలం కొనసాగాలి. అది సాధించటానికి అవసరమైన కృషిచెయ్యటానికి మీరు సిద్ధంగా ఉండాలి.

ఒక మిలియనీర్ కావటానికి, ఏదైనా లక్ష్యం సాధించటానికి, ముఖ్యమైన గమ్యం చేరుకోవటానికి అన్నిటికంటే ముఖ్యమైనది మీ లక్ష్యం కాదు. ఆ లక్ష్యం సాధించటానికి మీరు ఎటువంటి వ్యక్తిగా మారాలి, అన్నదే అన్నిటికంటే ముఖ్యం.

ఇంతకు మునుపు ఎన్నడూ సాధించని లక్ష్యం సాధించాలంటే, మీరు ఇంతకు మునుపు ఎన్నడూలేని వ్యక్తిగా మారాలి. మీకు అంతకు మునుపు ఎన్నడూలేని లక్షణాలు, గుణాలు అలవరుచుకోవాలి. మీరు ఇంతకు మునుపు ఎరుగని ప్రజ్ఞ, పాటవాలు పెంపొందించుకోవాలి. ఘనమైన సఫలత సాధించాలంటే మీరు ఘనమైన వ్యక్తులు కావాలి. నిజమైన సఫలత – అది ఏదైనా కావచ్చు – సాధించాలంటే, మీరు త్రికరణశుద్ధిగా సఫలురైన వ్యక్తిగా రూపొందాలి.

అంతా గుణంలోనే ఉన్నది

మనం మెచ్చుకునే వ్యక్తులను చూసినపుడు, వారితో మాట్లాడినపుడు, లేదా వారిని గురించి విన్నపుడు, ఆలోచించినపుడు, వారు ఐహికంగా/ లౌకికంగా ఏమి సాధించారన్న విషయం చాలా అరుదుగా ఆలోచిస్తాం. వారి అనుభవాలద్వారా, వారు సాధించిన ఘనవిజయాలద్వారా, వారు పెంపొందించుకున్న వ్యక్తిత్వంద్వారా అసాధారణ వ్యక్తులుగా ఎదిగినవారే మన మదిలో మెదులుతారు.

మీ సంభావ్యశక్తి అంతా ప్రయోగించి, సాధ్యమయినంత ఎత్తు ఎదగటమే జీవితంలో మీ ఘనాతిఘన లక్ష్యం. గుణంలో, సమర్థతలో, వివేచనలో మీరు అసాధారణ వ్యక్తులు కావాలి. అదే మీ జీవిత లక్ష్యం. మీ

జీవితంతో అద్భుతం సాధించి ఈ ప్రపంచానికి ఒక మార్పు చూపగలగటమే మీపట్ల మీరు నెరవేర్చవలసిన బాధ్యత. అసలైన సఫలతా రహస్యం అదే.

మీరు చేసినవి, చెయ్యలేకపోయినవి వందలాది, వేలాది చిన్నా పెద్దపనులు ఉంటాయి. వాటన్నిటి సమాహారమే ఏ రంగంలోనైనా సఫలత. సఫలతకు ఒక "రహస్యం", "కీలకం' అంటూ ఏమీ లేదు. రచయిత ఓగ్ మాన్డినో "రహస్యం అంటూ ఏమీ లేదన్నదే సఫలతకు పరమ రహస్యం. విశ్వజనీనమైన భావనలు, సూత్రాలు మాత్రమే అక్కడ ఉన్నవి. అవే కనుక్కున్నారు, తిరిగి మళ్ళీ కనుక్కున్నారు." అని ఒకసారి నాకు చెప్పారు.

సఫలత సాధించిన ప్రతిఒక్క వ్యక్తీ పునఃపునః కనుక్కున్న అత్యంత ముఖ్యమైన మూడు మూలసూత్రాలు:

1. మీకు ఏమి కావాలో స్పష్టంగా నిర్ణయించండి. అది ఒక కాగితం మీద వ్రాయండి. అది సాధించటానికి ఒక పథకం తయారు చెయ్యండి. మీ గమ్యం నిర్ణయించండి.
2. చర్య చేపట్టండి. మీ లక్ష్యం దిశగా బయలుదేరండి. విశ్వాసంతో ముందడుగు వెయ్యండి. సఫలతకు హామీ ఏమీ లేదు కాని, మొదటి అడుగు వెయ్యండి. ప్రయాణం సాగించండి.
3. మీరు మీ గమ్యం దిశగా కదులుతున్నారు. దారిపొడుగునా ప్రతి రోజు, ప్రతి ఘంట దారి సరిచూసుకొని నడవటానికి సిద్ధపడండి. సమస్యలు, కష్టాలు, ఎదురుదెబ్బలు, సంకటాలు ఒకదాని తర్వాత మరొకటి వరుసగా ఎదురవుతూనే ఉంటాయని ఆశించండి. ఇవి తప్పించుకోలేరు, అనివార్యాలు అని తెలుసుకోండి. అవి అనివార్యాలు కనుక వాటితో ఎలా వ్యవహరించాలో తెలుసుకోవటం ముఖ్యం.

మీ లక్ష్యం నిశ్చయించండి. బయలుదేరండి. మీ లక్ష్యం సాధించేవరకూ దారి సరిదిద్దుకుంటూ ముందుకు సాగండి.

బ్రయాన్ ట్రేసీ ఇంటర్నేషనల్ శిక్షణా వనరులు

బ్రయాన్ ట్రేసీ – వక్త, రచయిత, సలహా నిపుణులు

బ్రయాన్ ట్రేసీ ప్రపంచంలో సుప్రసిద్ధవక్తలలో ఒకరు. ఆయన వాణిజ్యం, వ్యక్తిగత సఫలతలను గురించిప్రసంగిస్తారు. ఇప్పటికి ఆయన ప్రసంగాలు ఐదువేలు దాటాయి. ఆయన ప్రపంచంలో సుప్రసిద్ధ సంస్థలలో ప్రసంగించారు. ఇప్పటికి ఆయన ప్రసంగించిన సంస్థల సంఖ్య ఐదువేలు దాటింది.

ఆయన ప్రసంగాలు సెమినార్లు విషయభరితంగా, చురుకుగా సాగుతూ ఆహ్లాదకరంగా ఉంటాయి. ఆయన ఆరుఖండాలలో, నలభైఆరు దేశాలలో సాలీనా 250,000 మందికి ప్రసంగాలు నడుపుతారు.

నాయకత్వం, అమ్మకాలు, నిర్వహణ, వ్యక్తిగత ప్రగతి మొదలైన అంశాలమీద ఆయన ప్రసంగాలు ముక్కుసూటిగా, పచ్చిగా ఉంటాయి. మార్పులు తక్షణం తీసుకువస్తాయి. ఆ మార్పులు చిరకాలం నిలుస్తాయి. ఆయన ఒక్క ప్రసంగం వినగానే ఘనమైన సఫలత, సంపద సాధించినవారు అనేకులు ఉన్నారు.

బ్రయాన్ నలభైఐదు పుస్తకాలు రచించటంతోబాటు 350 కి పైగా ఆడియో, వీడియో శిక్షణా కార్యక్రమాలు తయారుచేశారు. ఆయన పుస్తకాలు, శిక్షణా కార్యక్రమాలు ముప్ఫయి ఆరు భాషలలోకి అనువాదం అయి, యాభైరెండు దేశాలలో ఉపయోగంలో ఉన్నాయి. ఆడియో రచయితగా ఆయన ప్రపంచ ప్రఖ్యాతి చెందారు.

ప్రపంచంలో ఎక్కడైనాసరే ప్రసంగాలకు, సెమినార్లకు బ్రయాన్ అందుబాటులో ఉంటారు. ఆయన ప్రత్యేకించి మీ శ్రోతలకోసం మీ పరిశ్రమలు, ఉదాహరణలు ప్రయోగిస్తూ తన ప్రతి ఒక్క ప్రసంగము అతి జాగ్రత్తగా, మీ అవసరానికి అతికినట్లు తయారు చేస్తారు.

బ్రయాన్ ఈ క్రింది విషయాల మీద ప్రసంగాలు, సెమినార్లు జరుపుతారు:

1. ఉన్నతస్థాయి అమ్మకాలు
2. ఇరవై ఒకటో శతాబ్ద నాయకత్వం
3. మీ అత్యుత్తమ కార్యనిర్వహణ
4. మెరుగైన విక్రయ నిర్వహణ

బ్రయాన్ మీ సంస్థలో ప్రసంగించాలంటే (858) 481-2977 ఎక్స్టెన్షన్ 17 కు ఫోన్ చెయ్యండి. లేదా VRisling@briyantracy.com కు ఇ-మెయిల్ చెయ్యండి.

బ్రయాన్ ట్రేసీ యూనివర్సిటీ ఆఫ్ సేల్స్ అండ్ ఎంటర్ ప్రెన్యూర్ షిప్

ఎక్కువ సంపాదించాలంటే మీరు ఎక్కువగా నేర్చుకోవాలి. ఎక్కువమంది ఖాతాదార్లను ఆకట్టుకోవటానికి, అమ్మకాలు పెంచటానికి, లాభాలు అధికం చెయ్యటానికీ ఇప్పుడు మీరు ప్రయోగాత్మకమైన, నిరూపితమైన వ్యూహాలు నేర్చుకోవచ్చు.

బ్రయాన్ ట్రేసీ యూనివర్సిటీ ప్రయోగాత్మకమైన, శిక్షణా కార్యక్రమాలు బోధిస్తుంది. ఈ కార్యక్రమాలు నలభై ఆరు దేశాలలో 1,000,000 మంది విద్యార్థులు నిజజీవితంలో అమలు జరిపి సఫలత సాధించిన కార్యక్రమాలు. ఆయన వేయికి పైగా సంస్థలకు సలహాదారు. ఆ సంస్థలతో జరిగిన పని ఆధారంగా ఈ కార్యక్రమాలు రూపొందాయి.

1. కాలేజ్ ఆఫ్ సేల్స్ & మేనేజ్ మెంట్

ఇది ఇంట్లో ఉండి నేర్చుకోవటానికి అనువైన ముప్ఫయి భాగాల కార్యక్రమం. కోర్స్ పూర్తి చేసిన తర్వాత సర్టిఫైడ్ సేల్స్ ప్రొఫెషనల్ అని సర్టిఫికేట్ లభిస్తుంది.

2. కాలేజ్ ఆఫ్ ఎంటర్ ప్రెన్యూర్ షిప్ అండ్ బిజినెస్ సక్సెస్

శీఘ్రంగా ఎదిగే లాభదాయకమైన వ్యాపారం చెయ్యటానికి అవసరమైన సాధనాలు, సాంకేతిక పరిజ్ఞానం నేర్చుకోండి. పూర్తయిన తర్వాత మాస్టర్ ఆఫ్ బిజినెస్ ఎక్సలెన్స్ సర్టిఫికేట్ లభిస్తుంది.

3. కాలేజ్ ఆఫ్ మేనేజ్ మెంట్ అండ్ లీడర్ షిప్

ఉత్తమ నాయకత్వ ప్రదర్శనకు ఇది ముప్ఫయి భాగాల కార్యక్రమం. ఉద్యోగంలో చేర్చుకోవటం, నిర్వహణ, ప్రేరణ, ఉత్తమ వ్యక్తులతో

అద్భుతమైన బృందాన్ని కూడగట్టే పద్ధతులు నేర్చుకుంటారు. కార్యక్రమం ముగిశాక మాస్టర్ ఆఫ్ మేనేజ్ మెంట్ సర్టిఫికెట్ లభిస్తుంది.

4. కాలేజ్ ఆఫ్ పర్సనల్ పెర్ఫార్మన్స్

లక్ష్యాలు ఏర్పరుచుకొని, వాటిని సాధించటం, పూర్వాపరాలు నిశ్చయించటం, మీ ఆత్మాభిమానం, ఆత్మవిశ్వాసం అభివృద్ధి, సమస్యా పరిష్కారం, మెరుగైన నిర్ణయాలు చెయ్యటం నేర్చుకుంటారు. కోర్స్ ముగిసిన అనంతరం మాస్టర్ ఆఫ్ పర్సనల్ ఎక్సలెన్స్ సర్టిఫికేట్ లభిస్తుంది.

వీడియో, ఆడియో కార్యక్రమాలు, CDలు, DVDలు, పుస్తకాలు, అభ్యాసాలతో వారానికి ఒక గంట గడిపి మీ రంగంలో మీరు పాటవం సంపాదించి పెద్ద జీతాలకు అర్హులు కావచ్చు. మీ ఆదాయము, మీ లాభాలు శీఘ్రంగా పెంచటం ఎలాగో నేర్చుకుంటారు.

ఈరోజే http://Briantracyu.com దర్శించండి. మీ బలాబలాలు తెలుసుకొని మీరు చేసే ప్రతిపనినీ అత్యుత్తమంగా చెయ్యటం ఎలాగో నేర్చుకోండి.

Brian Tracy University
462 Stevens Avenue, Suite 202
Solana Beach, CA 92075
(866) 505-8345
http://Briantracyu.com

రచయితను గురించి

బ్రయాన్ ట్రేసీ అమెరికాలో అత్యున్నత వాణిజ్యవక్తలలో ఒకరు. ఆయన అత్యధిక అమ్మకాలు సాధించిన రచయిత, అగ్రగామి సలహాదారులలో ఒకరు. వ్యక్తిగత అభివృద్ధికీ, వృత్తిపరమైన అభివృద్ధికీ ప్రపంచంలోని అగ్రశ్రేణి సలహాదార్లు, శిక్షకులలో ఒకరు. ఆయన ప్రతి ఏటా సుమారు 250,000 మందికి వ్యక్తిగత సఫలత, నాయకత్వంనుంచి నిర్వాహక ప్రభావం, సృజనాత్మకత, క్రయవిక్రయాలను గురించి ప్రసంగిస్తూ ఉంటారు. ఆయన ముప్ఫయికి పైగా పుస్తకాలు వ్రాశారు. మూడువందలకు పైగా ఆడియో వీడియో శిక్షణా కార్యక్రమాలు తయారు చేశారు. ఆయన కృషి చాలావరకు ఇతర భాషలలోకి అనువాదం అయింది, యాభైరెండు దేశాలలో వాడుకలో ఉన్నది. ఆయన క్యాంప్ బెల్ ఫ్రెజర్ తో కలిసి ఎడ్వాన్స్డ్ కోచింగ్ అండ్ మెంటారింగ్ ప్రోగ్రాం, కోచింగ్ ఎక్సలెన్స్ ప్రోగ్రాం అన్న కార్యక్రమాలు రూపొందించారు.

బ్రయాన్ వెయ్యికి పైగా సంస్థలకు సలహాదారుగా వ్యవహరించారు. IBM, McDonnell Douglas, Million Dollar Round Table వాటిలో కొన్ని. ఆయన స్వయంగా 2,000,000 మందికి పైగా శిక్షణ ఇచ్చారు. ఆయన భావాలు నిరూపితాలు. ప్రయోగాత్మకాలు, శీఘ్రంగా ఫలితాలు ఇస్తాయి. ఆయన పాఠకులు, సెమినార్లలో పాల్గొన్నవారు, ఆయన శిక్షణ పొందిన ఖాతాదార్లు తమ జీవితాలలో, ఉద్యోగాలలో సత్వర ఫలితాలు ఇచ్చే ఉపాయాలు, వ్యూహాలు నేర్చుకుంటారు.

బేరెట్ కొలర్ పబ్లిషర్స్ ను గురించి

బేరెట్ కోలర్ ఒక స్వతంత్ర ప్రచురణ సంస్థ. అందరికీ ప్రయోజనకరమైన ప్రపంచ సృజన అన్న ఆదర్శ సందేశానికి అంకితమైన సంస్థ.

మెరుగైన ప్రపంచం సృష్టించాలి అంటే, అన్ని స్థాయిలలోనూ – వ్యక్తిగతంగా, సంస్థాపరంగా, సామాజికంగా క్రియాశీలత కావాలి. వ్యక్తిగతస్థాయిలో ప్రజలు వారి జీవితాలను, విలువలను వారి ఆకాంక్షలతో జోడించటానికి మా ప్రచురణలు సాయపడుతాయి. సంస్థాస్థాయిలో మా ప్రచురణలు పురోగామి నాయకత్వానికీ, నిర్వహణా పద్దతులకూ, వ్యాపారంలో సామాజిక బాధ్యత ప్రదర్శించే పద్ధతులకూ, మానవత్వాన్ని ప్రదర్శించే సంస్థలకు, ప్రభావశాలులైన సంస్థలకూ సహాయ సహకారాలు అందిస్తాయి. సామాజికస్థాయిలో మా ప్రచురణలు సామాజిక, ఆర్థిక న్యాయం, వితరణమైన సంపద, పాలనీయత, జాతీయ, ప్రపంచ సమస్యలకు నూతన పరిష్కారాలు ప్రోత్సహిస్తాయి.

మా ప్రచురణలలో "నవ్య అవకాశం ఉద్ఘాటన." ముఖ్యమైన ఇతివృత్తం. అవి సంప్రదాయబద్ధమైన ఆలోచనను సవాలు చేస్తాయి, నవభావాల పరిచయము చేస్తాయి, సుముఖ పరివర్తనకు తోడ్పాటు కలిగిస్తాయి. అవే సమస్యలు పునరావృతంగా సృష్టిస్తూ నాటుకొని ఉన్న నమ్మకాలు, మనస్తత్వాలు, సంప్రదాయాలు, మార్చటమే వాటి శోధన. ఇక్కడ మన నాయకులు ఎవరయినా, మన అభివృద్ధి కార్యక్రమాలు ఏవైనా వాటితో సంబంధం లేదు.

మేము చెప్పేది ఆచరించటానికి మేము శతధా ప్రయత్నిస్తాము. మా ప్రచురణలలో ఉన్న భావాలకు అనుగుణంగా మాసంస్థ నడుస్తుంది. మా భావనకు మూలం మా నాయకత్వం. మాతో అవినాభావ సంబంధం కలిగి ఉన్న మా రచయితలూ, ఖాతాదార్లు, ఉద్యోగులు, పెట్టుబడిదార్లు, సేవ

అందించేవారు, మా చుట్టూ ఉన్న సమాజం, పర్యావరణం అందరి పట్ల ప్రగాఢమైన బాధ్యతతో సంస్థ నడుస్తుంది.

"BK కమ్యూనిటీ" లో తామూ ఒక భాగమని పరిగణించే వేలాది పాఠకులు, రచయితలూ, సంస్థలో ఇతర మిత్రులూ అందరికీ మా కృతజ్ఞతలు. మీరందరూకూడా మా సంకల్పంలో మాతో చెయ్యి కలుపుతారని మా ఆశ.

సంపర్కం

మా వెబ్ సైట్ దర్శించండి

www.bkconnection.com దర్శించి ప్రత్యేక సమీక్షలు కొత్తపుస్తకాల సంగ్రహాలు చదవండి. బేరెట్ కోలర్ ప్రచురణలు, రచయితలను గురించి సవివరమైన సమాచారం తెలుసుకోండి. విషయానుక్రమంలో గ్రంధాలయాలు శోధించండి, ప్రత్యేక రాయితీలు పొందండి.

మా ఉచిత E-NewsLetter కు సభ్యులు అవండి

నూతన ప్రచురణలు, ప్రత్యేక రాయితీలు, ప్రత్యేక వ్యాసాలూ, ఉత్తమ అమ్మకాలు సాధించిన పుస్తకాలను గురించి వార్తలు, ఇంకా ఇంకా అందరికంటే ముందు తెలుసుకోండి. www.bkconnection.com కు వెళ్లి మా ఉచిత న్యూస్ లెటర్ జాబితాలో చేరండి.

పెద్దమొత్తాల రాయితీ

పదికంటే ఎక్కువ సంఖ్యలోబేరెట్-కొలర్ పుస్తకాలు కొన్నవారికి పెద్దమొత్తాల రాయితీ దొరుకుతుంది. మమ్మల్ని టోల్ ఫ్రీ నంబర్ (800) 929-2929 కాల్ చెయ్యండి లేదా bkp.orders@aidcvt.com కు ఇ-మెయిల్ చెయ్యండి.

పాఠక బృందం తయారు చెయ్యండి

మీరు పనిచేసే చోట, లేదా సమాజంలో పుస్తకాలు చదివేవారి బృందం ఏర్పరచటం ఎలాగో తెలుసుకోవటానికి మా వెబ్ సైట్ www.bkconnection.comదర్శించండి.

BKCommunity లో చేరండి

వేలాదిమంది పాఠకులు BKCommunity లో సభ్యులు అయ్యారు. మా రచయితలతో కలిసి కార్యక్రమాలలో పాల్గొంటారు. రాబోయే పుస్తకాల

వ్రాతప్రతులు సమీక్షిస్తూ, వారి అభిమాన పుస్తకాలను ఇతరులకు పరిచయం చేస్తూ, మా ప్రచురణ కార్యక్రమానికి సహాయం అందజేస్తూ ఆనందిస్తారు. మీరు BKCommunity లో చేర దలుచుకుంటే,bkcommunity@bk-pub.comలో మమ్మల్ని కాంటాక్ట్ చెయ్యండి.